Gót trần

Gót trần

Tuyển tập thơ xướng - họa
Thanh Trước - Trúc Hàn
Bìa: Nguyễn Thành
Trình bày & kỹ thuật: Nguyễn Thành
Nhân Ảnh - Xuất Bản 2019
ISBN: 9781927781777
Copyright © 2019 by Thanh Truoc - Truc Han

Gót trần

Tuyển tập thơ
xướng - họa
Thanh Trước - Trúc Hàn

NHÂN ẢNH 2019

LỜI TỰA

Hồng Trần

Lê bước CHÂN HOANG cùm thân thảm
Rướm máu GÓT TRẦN thả hồn rêm
Dạ yêu cay đắng, nêm đủ đậm
Tri âm quấn quyện giã say mềm.

- Hong Tran -

Đó là những gì chợt thoát bay ra từ tôi khi đọc 100 bài thơ trong tập GÓT TRẦN của hai tâm hồn rất điên cuồng mê thơ Titi Dang và Vô Thường. Chả sai chút nào khi các bạn Facebook vẫn gọi yêu hai con người này là "ma thơ". Không những vì họ đã có nhiều những mẫu chuyện buồn, vui gắn cùng thơ, mà còn vì thơ của họ là nỗi đau thương trần thế, có phảng phất chất tình cổ cổ, có chất ma mị liêu trai, có chất men tê tê say say... đã cuốn hồn người đọc cùng lê lết, cùng nhỏ lệ... và cũng cùng bay bổng, cùng ngao du thiên thai, để thả yêu thương vào mênh mông với họ. GÓT TRẦN mặc dù là tuyển tập tất cả những bài thơ có cùng chủ đề với nhau, nhưng lại là tập thơ rất đặc biệt, đặc biệt về tác giả, đặc biệt về Ý, về TỨ thơ.

Tác giả Titi Dang (Đặng Lê Thanh Trước) sinh ra trong chiến tranh, đã từng chịu khổ với hậu quả chiến tranh, từ nhỏ đã sống xa xứ, phong tục, tập quán. Tiếng nói tây phương đã đi vào thay thế gần như hoàn toàn mọi nếp sống, thói quen của cô. Không hiểu vì lẽ gì, căn duyên gì mà những buồn, đau, thương, tủi của phận mình, những lạnh lẽo tình đời, tình người nơi xứ lạ lại được Titi Dang đem trút hết cả vào thơ tiếng Việt chứ không phải là thơ tiếng Tây. Khó khăn khi đến với thơ Việt, cô đã phải học lại tiếng mẹ đẻ rất nhiều, tìm tòi chắt lọc từng từ, từng chữ cô đọng nhất, đẹp đẽ nhất để mỗi khi đêm về, sau một ngày mệt mỏi của đời thường Titi xuất hồn trải lòng vào thơ.

ĐÊM HOANG

Đêm hoang lạnh
gió mịt mù
Nửa hồn lây lất ngục tù nhân gian
Nửa hồn
trôi dạt mây ngàn
Trêu Trăng ghẹo Nguyệt bên màn sương vây

Quên đời
trong chén men say
Nuốt trôi mặn đắng chua cay tình người
Đêm hoang lạnh
gió ru hời
Đôi tay trống vắng xanh ngời nỗi đau
Vấn vương
chăn lệch gối nhàu

Rót đầy niềm nhớ chôn vào cõi mơ
Vùi quên
trong những vần thơ
Lạc loài câu chữ dại khờ u mê

Đêm hoang lạnh
gọi hồn về
Bơ vơ lạc lõng bên lề nhân sinh.

- Titi Dang -

Vô Thường (Lê Minh Tuấn - bút hiệu Trúc Hàn) còn rất trẻ. Anh là thế hệ được sinh ra và lớn lên sau chiến tranh, khi mà cả dân tộc cố dồn sức, cố dồn lực đẩy hậu quả chiến tranh ra xa, kéo những văn minh hiện đại đang còn ở xa nhích lại gần. Công cuộc thay đổi nếp sống hối hả này vô hình chung cũng đã làm nhân tình thế thái xuống dốc không gì phanh nổi. Điều này cũng đã làm tâm hồn nhạy cảm của chàng trai Vô Thường chếnh choáng nhả thơ trên từng chặng bôn ba.

PHONG TRẦN

Lạc bước phong trần giữa chốn đây
Mùa sang gót lạnh vẫn nơi này
Men sầu chuốc cạn đời giông tố
Hỡi bạn chung tình dạ đắng cay

Rót cạn ly sầu mặn đắng môi
Phong sương nghịch cảnh giữa khung trời
Người vui kẻ khóc đầy oan trái
Cạn chén nhân tình lặng bước côi

- Vô Thường -

Buồn cho phận, ngán cho đời, hai tâm hồn này phiêu diêu với thơ, mê mẩn với thơ. Lúc thì bay bay lượn lượn, lúc thì say khướt khật khừ... Để rồi trên lộ trình GÓT TRẦN - CHÂN HOANG họ đã như một cặp bài trùng, mỗi bước đi dù là đau, là nhói nhưng từ trong sâu thẳm lại như có tiếng nhạc ca vui, vì họ đã tìm thấy nhau trong sự đồng điệu đến lạ kỳ.

Vô Thường - **GÓT TRẦN**

Chân phiêu lãng bến đời trần tục
Mộng hoang liêu ảo thực đường mây
Rồi mai cát bụi tháng ngày
Cuốn trong thân xác bủa vây bóng tà
Đầu đã điểm sương pha màu tóc
Phủ gót trần ngang dọc cuộc người
Mai về dưới huyệt lạnh chơi
Nghe trong số kiếp muôn lời thở than
Theo cuộc thế canh đời ban tặng
Hóa kiếp người ngọt đắng đã từng
Vô thường một cõi ung dung
Theo dòng cát bụi hòa chung nẻo trần.

Titi Dang - **CHÂN HOANG**

Chân hoang lặng đường trần nhuốm bụi
Dấu xưa về lầm lũi dạt trôi
Bơ vơ nửa mảnh hồn côi
Chiều hôm bóng phủ dấu đời quạnh hiu
Đếm nhịp bước liêu xiêu rời rã
Tuổi xuân thì nay đã vụt bay
Xót xa thân phận đọa đày

Hư vô một kiếp tháng ngày nhân gian
Sương khuya đọng trăng tàn trống điểm
Khúc điệu buồn cung phím chơi vơi
Thoảng nghe đâu tiếng gọi mời
Cơn mê tìm đến cuối trời lãng quên!

GÓT TRẦN không những làm chúng ta say về sự mượt mà, sâu lắng của từng câu chữ, mà nó còn có ma lực của sự đồng điệu TRI ÂM TRI KỶ hiếm có trên đời.

THƠ KHÔNG XƯỚNG HỌA THI NHÂN TỦI
PHÚ CHẲNG BÌNH NGÂM MẶC KHÁCH SẦU

Ngày xưa đã vậy! Ngày nay vẫn thế! Mơ ước lớn của thi nhân là có được người ăn ý họa - ngâm thơ mình. Chắc cái duyên ngàn năm mới gặp, đã cho kẻ ở chân mây, người nơi góc bể hút họ về phía nhau, cùng đồng thanh tương ứng, cùng túy lúy giải sầu. Người này một câu, kẻ kia một khúc chắp lại thành những áng thơ đằm thắm thiết tha, da diết mặn nồng, ân ân ái ái... như cặp tình nhân đắm đuối mê, đắm đuối yêu ăn ý nhau từ dấu chấm, dấu phẩy, đến ngữ nghĩa, vần điệu cứ xoắn xuýt, quấn quyện sít sìn sịt...

BẠC ĐEN

Ta tìm ta
giữa cõi trần
Xót xa vây phủ
nhục thân kiếp người
Nặng vay

câu hát tiếng cười
Tim sầu héo rủ
còn ngời giọng ca

Ta rơi
giữa chốn ta bà
Bụi trần vương vít
ánh tà dần len
Ta đau
sự thế bạc đen
Cuộc người bao thuở...
Sang hèn phụ nhau

Trách chi
đời lạc lối sầu
Nào vui chén tạc
vọng câu ân tình
Mai về
trong kiếp phù sinh
Xa đời dâu bể
bóng hình vụt tan...

Thanh Trước- Trúc Hàn

Giữa bộn bề cuộc sống, giữa khoảng cách không gian, giữa ngược chiều thời gian, thơ là tiếng lòng của họ cất cánh bay lên. Thơ mong ngóng, thơ chờ đợi. Bài xướng nhắn tin, bài họa trả lời, để một ngày ấm áp giữa giá băng, để một ngày êm ả trôi qua ...

HƯ VÔ (Bài họa)

Ru đời trên những đa đoan
Bụi trần phủ kín vai ngoan giấc sầu

Cuộc người lắm cảnh bể dâu
Men cay vừa cạn lòng đau lấp đầy

Được còn gió thoảng mây bay
Vô thường một kiếp rồi mai ta về
Nửa đời lẩn quẩn u mê
Vấn vương cõi tạm tràn trề mơ hoang

Ru hồn rời rạc lở loang
Tay ôm hờ hững mảnh tàn hương xưa
Lạc trôi nhân thế lọc lừa
Tỉnh ra... ta đã chín vừa... hư vô...

TT-Thanh Trước

KIẾP ĐỜI (Bài xướng)

Ru ta lạc giấc vô thường
Say bên trần tục phong sương kiếp người
Lệ cay rớt giữa chơi vơi
Bờ môi nghẹn đắng nửa vời xót đau

Trót vay nửa kiếp u sầu
Bên vòng nhân thế dãi dầu đục trong
Mai về giữa chốn hoang đồng
Trải manh trần tục hư không đất trời

Ta bà cát bụi dòng trôi
Trầm luân xoay chuyển... bến đời can qua
Men cay nấc nghẹn vỡ òa
Dâng tràn mấy thuở xót xa cuộc người...

TH-Trúc Hàn

Để nói hết về cái hay cái đẹp mà tôi cảm nhận được từ GÓT TRẦN thật không thể nói hết chỉ trong giới hạn vài trang giấy, chỉ biết nói rằng GÓT TRẦN rất trần nhưng cũng rất tiên... GÓT TRẦN có bi, nhưng không lụy.

Để thâu tóm lại, tôi đành mượn lời anh Lạc Phố viết về thơ của Titi Dang và Vô Thường:

TÀI NỮ ĐỀ THI LOAN PHƯỢNG VŨ
ANH HÙNG THƯỞNG MỤC YẾN OANH CA.

Tôi tin chắc tập thơ GÓT TRẦN sẽ được nhiều bạn yêu quý như tôi!

Dresden 26/09/2018

Hong Tran (Trần Thị Hồng Châu)

"SỰ TRỞ VỀ" TRONG THƠ TITI DANG

Sỹ Liêm

Thơ – cuộc hành trình kiếm tìm chân trời mới. Thơ – lần trở về bản ngã trung thực giữa biến thiên trùng phùng. Thơ – ngôn "siêu đặc biệt", tiếng nói của tự do được cô đặc trong một câu không hạn định số tiếng. Càng bị tù túng, "giam hãm", con người có xu hướng tìm đến thơ; như hòng giải tỏa những ẩn khuất sâu kín tận đáy lòng, gắng bày tỏ với-chính-mình giữa những ngổn ngang đồng cảm.

Thơ – con đường mênh mông mà mỗi cây bút như mỗi "dũng sĩ con con" khai phá từng thuộc đất. Nơi đấy, từng người viết tự tôn tạo nên lối viết/ lối suy nghĩ chính bản thân: có người thích mở rộng đường biên hòng phẳng hóa con đường bí mật, có người thích "lui về" quá khứ tìm lại hoài niệm, tìm lại giá trị vàng son một thời. Thơ – vượt trên đỉnh cao mọi định nghĩa tự do mà người viết mặc sức vẫy vùng giữa bao phủ khen – chê thường tình. Thơ – người con gái kiêu kỳ khó lòng lay giấc, chỉ có yêu không nên hiểu. Càng "lún sâu" vào cõi-giới-thơ, mỗi người lại "vỡ" nhiều điều cho riêng mình: đằng sau sự "vỡ" là nụ cười chữ "ngộ", là cõi lặng thinh bất lực,... Thơ – đỉnh muôn trượng sừng sững chẳng bao giờ ta được tay chạm...

*

Titi Dang (Thanh Trước) – cây bút hải ngoại đã chọn cho mình con đường "lui về quá khứ" trong thơ.

Thơ Titi Dang là "quá trình dấn thân" với ý muốn khai thác triệt để tinh hoa trong thơ Đường – thể thơ bị "khai tử" ở Phong trào Thơ Mới (1932-1945). Không khó ngạc nhiên khi gần một nửa "gia tài" thơ Titi Dang mang thể Đường luật với các "biệt thể", như:

+ Thủ nhất thanh (nhất đồng): Từ đứng đầu các câu thơ đều giống nhau.

NHỚ

Nhớ mãi ngày xưa nhớ buổi hồng
Nhớ lời ngọt đượm nhớ tình đong
Nhớ bao nghĩa đẫm nhớ duyên mỏng
Nhớ trọn yêu say nhớ phận nồng
Nhớ kẻ tâm hoà nhớ mỏi vọng
Nhớ người não quyện nhớ hoài trông
Nhớ câu thệ cũ nhớ đôi bóng
Nhớ cạn đêm thâu nhớ lệ ròng!

VỪA

Vừa... chớm duyên tơ kết mộng lòng
Vừa... tròn nợ liễu quyện tình đong

Vừa... dâng nỗi nhớ sầu đơn bóng
Vừa... trỗi niềm đau xót quạnh phòng
Vừa... ngát hương yêu hồn mãi vọng
Vừa... bừng sắc ái dạ hoài mong
Vừa... tràn chén đắng môi chườm mọng
Vừa... cạn chung cay lệ ngắn tròng.

+ Tung hoành trục khoán: Dùng cặp câu đối (hoặc cặp câu thơ) làm chủ đề cho bài thơ. Các từ trong câu đề thứ nhất làm từ đầu tiên cho các câu từ một đến bảy (trục tung), nguyên câu đề thứ hai đặt làm câu thứ tám (trục hoành).

HOÀI NIỆM

(Ở ĐÂY SƯƠNG KHÓI MỜ NHÂN ẢNH
AI BIẾT TÌNH AI CÓ ĐẬM ĐÀ)
- Hàn Mặc Tử -

Ở chốn xa người có nhớ ta?
ĐÂY nơi kỷ niệm chẳng phai nhòa
SƯƠNG giăng nệm cỏ bình minh lả
KHÓI loãng thềm rêu ánh nguyệt tà
MỜ dáng trang đài hương phấn rã
NHÂN tình rớt nhạt bóng kiêu sa
ẢNH xưa đượm nét xuân tàn tạ
AI BIẾT TÌNH AI CÓ ĐẬM ĐÀ.

MEN SẦU

(THƠ KHÔNG XƯỚNG HỌA THI NHÂN TỦI
PHÚ CHẲNG BÌNH NGÂM MẶC KHÁCH SẦU)

THƠ thẩn chiều rơi bạc sắc màu
KHÔNG người đối ẩm úa hồn nhau

XƯỚNG câu ái nghĩa lòng ghi tạc
HỌA chữ ân tình dạ khắc sâu
THI tửu say men đời khổ hận
NHÂN trần lạc chén kiếp thương đau
TỦI duyên lỡ phận vùi chung đắng
PHÚ CHẲNG BÌNH NGÂM MẶC KHÁCH SẦU.

... và còn trên dưới 30 dạng "biệt thể" trong thơ Đường tôi có dịp tham khảo, gồm: Liên thanh, Vỹ tam thanh, Yết hậu, Triệt hạ (tiệt hạ)...

Thế mới thấy, người viết thơ Đường nôm na là hiện thân của người "thợ" đang đẽo gọt từng câu từ làm cho câu thơ ngân nga và "sáng" lên. Tuy nhiên, không vì thế nội dung bài thơ trở nên lu mờ theo cách một số người hiểu. Chính việc buộc ràng ý - vần – nhịp – đối – niêm – luật khiến thơ Đường "kén" độc giả lẫn tác giả, hạn định cảm xúc cả hai và "khơi" nên cuộc chiến giữa "Thơ cũ" – "Thơ Mới" năm nào.

Bản chất của sáng tạo không gì khác ngoài tự do. Lẽ đó, Titi Dang ít quan tâm chuyện phải đổi mới để theo kịp "xu hướng" những người viết hiện nay với những bài thơ khoác vỏ bọc hình thức mới. Với tác giả, được thỏa lòng mình, được tự tin thể hiện suy nghĩ bản thân luôn trên hết, trước khi tác phẩm được định danh và đặt để vào trường phái nào, trào lưu nào... tất cả xếp sau cái tôi cá nhân khát khao chia sẻ, khát khao giãi bày...

Qua mảng thơ Đường, tôi cảm nhận Titi Dang vẫn hằng nâng niu từng con chữ tiếng mẹ đẻ dần mai một nơi đất khách quê người sau thời gian xa xứ. Sự đòi hỏi, chọn lọc chuẩn xác đến mức cầu kỳ, giúp vốn từ tăng lên từng ngày – tôi cho rằng đấy cũng là cách Titi Dang không những không bị mai một tiếng mẹ đẻ mà còn sử dụng nhuần nhuyễn trong tương lai.

*

Bên cạnh thơ Đường, Titi Dang còn viết nhiều thơ ở thể lục bát, ngũ ngôn... Những bài thơ của Titi Dang được gieo đúng vận (phần lớn vần chính, ít vần thông lẫn cưỡng vận) và nội dung xuất hiện tần suất dày đặc liên quan đến say: say đời, say nhan sắc, say tình,...

Cái say ở thơ Titi Dang chỉ là chếnh choáng sau lần uống cạn đầu tiên với ly rượu đầy trên tay. Tác giả hoàn toàn tỉnh táo, ý thức mọi chuyển biến xung quanh, "đẩy" nhân vật trữ tình ngao du trong tâm tưởng, tha hồ hiển hiện lắm trăn trở mà không sợ vướng lo toan mưu sinh đời thường. Giờ đây, mọi trở trăn thường nhật tạm gác sau lưng, bước vào ranh giới thực – hư, nơi nước mắt của nỗi buồn và nước mắt nụ cười cùng một nghĩa như nhau...

SAY

Say đời
bạc trắng như vôi
Say quên gian dối
lạc trôi cõi trần
Say chìm
cơn mộng phù vân
Ngọt ngào
cay đắng

nhục thân ảo mờ

*Say cho hết
kiếp dại khờ
Mai cùng cát bụi
hoang mơ nhạt nhòa
Say đêm
trống vắng tình xa
Bơ vơ chốn tạm ta bà... ngất đau...*

*Ta say...
Rã rượi...
Phận người... Ta say...*

*

Trên con đường thi ca, dường như Titi Dang đã tìm được tri kỷ cho riêng mình là Trúc Hàn. Điều này hiển hiện thông qua sự kết hợp của hai tác giả, đồng cho ra đời thi phẩm "GÓT TRẦN".

Titi Dang và Trúc Hàn khác nào hai người nghệ sĩ đứng trên sân khấu là những trang sách mà, từng tiếng lòng mình vừa gảy lên, đối phương liền cảm nhận nhanh nhạy và gảy lại bản nhạc lòng đáp trả; hay những khi viết cùng một bài thơ - mặc rào cản khoảng cách địa lý, giới tính, văn phong,...

LIỄU TRAI

*Bá kỷ thu ba lộng nguyệt hồ
Tương phùng đỉnh ký quyện hư vô
Đào hoa phủ tuyết minh nhân ảnh
Bạch lạp pha sương ảo quế mồ*

Mỹ nữ mê hồn cung oán dậy
Thư sinh quyện sắc nhịp tranh đồ
Tỳ bà vọng khúc âm dương biệt
Bá kỷ thu ba lộng nguyệt hồ.

THỀM XƯA

Từ đi cỏ đượm hơi sương
Gót chân phiêu lãng đọng vương ân tình
Thềm xưa nhạt bóng phai hình
Sót câu thơ dở bên ghềnh rêu xanh...

Từ em giọt lặng trên cành
Từ anh mong mỏi bên vành môi cong
Viễn du trong cõi Mây bồng
Kiếp đa đoan trải hư không cuộc đời

Từ mùa sang lá vàng rơi
Thu biêng biếc mộng hương ngời đi hoang
Từ ta vui giấc địa đàng
Dấu trần rơi giữa miên man tích trầm.

Với tôi, tình bạn, tình thơ giữa Titi Dang – Trúc Hàn khắng khít đến mức từ ngôn ngữ, hình ảnh đến nội dung thơ hai tác giả như đan cài, bổ sung qua lại, hòa vào nhau khó lòng tách biệt thơ người nữ viết, thơ người nam viết. Lẽ đó, "GÓT TRẦN" xóa mờ chuyện phân định thơ ai nhỉnh hơn ai, thơ người này khá hơn so với thơ người kia và ngược lại.

Tôi chọn viết về Titi Dang trước nhất, dài hơn vì tác giả xa quê hương đã một khoảng thời gian nhưng vẫn dùng tiếng mẹ đẻ để chuyển tải nỗi lòng mình, khác xa một số người rời quê hương chưa lâu mà lại phát âm "đớt đớt" tiếng Việt khi có dịp về thăm gia đình. Chữ "tình" trong thơ Titi Dang ngoài tình yêu lứa đôi còn là tình yêu quê hương dung chứa trong con tim luôn đau đáu dõi mắt về quê cha đất tổ mỗi lần đọc một mẩu tin bạn bè đăng lên mạng xã hội gợi nhắc những chuyện về quê hương.

*

Thơ không có hay có dở. Tất cả thành hình từ nỗ lực của người viết được nung nấu, chưng cất theo thời gian. Thơ giây phút này đọng lại trong lòng bạn đọc gói ghém qua vài từ giản đơn hoặc cảm được hay không cảm được với nội dung, cách nghĩ, cách diễn đạt của tác giả.

Thơ không có cũ – mới. Mọi phân chia, hạn định đều mang tính "phi thơ" bởi con đường sáng tạo không bao giờ tồn tại những dấu chân giống nhau...

Tôi mong nhiều lần kết hợp giữa Titi Dang – Trúc Hàn ở những thi phẩm tiếp theo ngày không xa.

Paris, những ngày cuối tháng 10 năm 2018
Sỹ Liêm

BẢN HÒA ÂM
MacDung

Tiết tấu giữa hai tác giả trong thi phẩm Gót Trần lần đầu tiên ra mắt, khiến nhiều người lấy làm kinh ngạc. Ngạc nhiên bởi sự ăn ý giữa hai con người mà điều kiện địa lý và khí hậu hoàn toàn khác xa nhau. Titi Dang ở Đức. Còn tác giả Trúc Hàn lại sống tại Việt Nam…

Mặc cho sự khác biệt về múi giờ, không gian… Hai tác giả Đồng Thanh Tương Ứng, cùng nhau trình làng những thi tác quá ấn tượng… Cho dù là xướng, họa, hay đồng sáng tác, cả Trúc Hàn và Titi Dang đều biểu hiện sự đồng cảm theo giác quan thứ 6 mà khoa học ngày nay hay đề cập đến. Huyền diệu thay cho sự liên thông về ý tưởng lẫn cả ngôn từ, những bài thơ như hòa quyện làm một khiến khó ai nhận ra phân khúc của người này hay người kia… Điều này cho thấy, trò chơi với con chữ ngày càng có nhiều biến thể làm mê hoặc lòng người…

Tâm cảnh trong thơ mỗi người sở hữu như một tài sản riêng. Vì vậy tác phẩm thơ như đứa con tinh thần không ai giống ai. Trường hợp hai tác giả này như sự dị biệt, rất hiếm xảy ra trong văn học cổ kim...

Ngoài sự tương đồng về nhân sinh quan, để có sự trùng khớp làm ra một tác phẩm chung, còn đòi hỏi về vốn từ và thói quen sử dụng như thế nào! Xử lý tình huống! Tứ thơ! Bối cảnh (bao gồm không gian và thời gian) v.v... Tất cả những việc này xem ra quá nhỏ với hai con người có chung tần số giao cảm rất đáng ngưỡng mộ.

Thử thưởng thức một thi tác chung của hai tác giả như sự thách đố tìm ra mã khóa từng cá nhân:

LY CAY TRẦN THẾ

Ta vùi trong chén rượu cay
Vui đời thế tục đọa đày kiếp thân
Rong chơi giữa chốn phong trần
Cuộc người mấy thuở phù vân bóng chiều

Ta vùi hồn giữa cô liêu
Thẫn thờ nhịp bước liêu xiêu cõi tình
Sẩy chân bóng lạc mất hình
Cuối đường hiu quạnh chỉ mình với ta

Ta vùi thân cõi ta bà
Dối gian lừa lọc người, ma...bất tường
Kiếp tằm nặng nợ tơ vương
Dệt câu hờ hững đoạn trường...Đa đoan!

Mai này về giữa mộ hoang
Ta thân cát bụi mây ngàn gió lay

Bạc phiêu qua lối đọa đày
Bóng đời cũng chỉ khói bay vô thường...
TH-TT

Trúc Hàn-Thanh Trước

Xướng họa ăn ý là một ưu điểm nổi trội mà cả Titi Dang và Trúc Hàn tận dụng cực tốt khi sáng tạo ra thi phẩm. Hai cá nhân như đọc được ý tưởng lẫn nhau để tạo ra những sản phẩm như bản hòa âm trầm bổng, chinh phục lòng người…

NỖI NHỚ...

Có nỗi nhớ...
chênh vênh vừa chợt gọi
Thoảng vọng về
tràn bóng tối màn đêm
Giữa cơn say
chất ngất đọng môi mềm
Nhè nhẹ rót điệu ru êm buồn trải

Có nỗi nhớ...
lạc loài đầy khắc khoải
Đôi tay gầy
với mãi chẳng buông lơi
Nghe đâu đây
tiếng yêu ái gọi mời
Cơn mộng vỡ... chơi vơi hồn rượi rã

Có nỗi nhớ...
hoang rơi bờ sỏi đá
Xót cuộc tình
tựa chiếc lá thu bay

Gót phiêu linh
dẫm nát cả hình hài
Đau...xé vụn...tim côi mài miệt trói
....
Có nỗi nhớ...chợt đi...rồi chợt đến...
Có nỗi nhớ...
dường như mãi...
không tên...!!!

Thanh Trước
****

NIỀM YÊU

Có niềm yêu...
cứ đong đầy cõi dạ
Giữa thu tràn
dâng ngập cả hồn ai
Quyện vấn vương
thổn thức suốt đêm dài
Bầu nhung nhớ oằn lay từng canh vắng

Có niềm yêu...
xót xa đời hụt hẫng
Bên mùa rơi lãng đãng phía trời thu
Mà nghe sao
hồn buốt lạnh nát nhừ
Miền ái lạc lãng du về triền mộng

Có niềm yêu...
cứ dâng cao ngọn sóng
Mãi dạt dào khát vọng cuốn mùa lan
Gót thu xa

rụng rơi chiếc lá vàng
Bao khắc khoải cứ miên man lồng ngực.
Có niềm yêu...
cồn cào trên đất Mẹ
Cứ từng ngày giằng xé... rã buồng tim...

Trúc Hàn

Thế mạnh giữa hai tác giả là vốn từ Hán - Việt tương đồng, liên thông về cách nghĩ... Từ đó bổ sung ý tưởng cho nhau cực tốt. Có quá nhiều thắc mắc từ phía người thưởng thức như sự phủ nhận những thi phẩm làm chung. Rõ ràng hai con người không thể nào cho ra nhiều sản phẩm văn học thuyết phục đến vậy!?

Với những gì thể hiện, làm người đọc liên tưởng đến điển tích Bá Nha - Tử Kỳ và cho rằng hai tác giả sống trong xã hội hiện đại lại giống như đôi Tri Âm cực kỳ hiếm gặp...

Đời người chỉ cần mỗi Tri Âm đã đủ! Có thể cả tác giả Titi Dang và Trúc Hàn lấy làm tự hào vì điều này, nên hai con người cứ say mê cùng điệu phối cung tưởng, cho ra rất nhiều vần thơ hút hết tâm tình từ phía bạn đọc.

Tôi có dịp đọc bản thảo và thật sự kinh ngạc bởi Bản Hòa Âm này! Từ những thực chứng đầy thuyết phục, con người tất nhiên sẽ củng cố niềm tin cao hơn về giác quan thứ 6 mà sự phủ định hay xác định vẫn như màn sương mù huyền bí...

Hy vọng những gì đang diễn ra sẽ thúc đẩy Trúc

Hàn – Titi Dang sống với đam mê chung, cho ra nhiều, nhiều thi tác nữa, cống hiến cho thi ca đất Việt sự ngẫu hứng và truyền tải đến người sáng tác lẫn độc giả yêu thơ…

Vĩnh Long – 15.10.2018
MacDung

GÓT TRẦN
(Bài xướng)

Chân phiêu lãng bến đời trần tục
Mộng hoang liêu ảo thực đường mây
Rồi mai cát bụi tháng ngày
Cuốn trong thân xác bủa vây bóng tà

Đầu đã điểm sương pha màu tóc
Phủ gót trần ngang dọc cuộc người
Mai về dưới huyệt lạnh chơi
Nghe trong số kiếp muôn lời thở than

Theo cuộc thế canh đời ban tặng
Hóa kiếp người ngọt đắng đã từng
Vô thường một cõi ung dung
Theo dòng cát bụi hòa chung nẻo trần.

Trúc Hàn

CHÂN HOANG
(Bài họa)

Chân hoang lặng đường trần nhuốm bụi
Dấu xưa về lầm lũi dạt trôi
Bơ vơ nửa mảnh hồn côi
Chiều hôm bóng phủ dấu đời quạnh hiu

Đếm nhịp bước liêu xiêu rời rã
Tuổi xuân thì nay đã vụt bay
Xót xa thân phận đọa đày
Hư vô một kiếp tháng ngày nhân gian

Sương khuya đọng trăng tàn trống điểm
Khúc điệu buồn cung phím chơi vơi
Thoảng nghe đâu tiếng gọi mời
Cơn mê tìm đến cuối trời lãng quên...

Thanh Trước

HOÀI NIỆM
(Bài xướng)

Ở ĐÂY SƯƠNG KHÓI MỜ NHÂN ẢNH
AI BIẾT TÌNH AI CÓ ĐẬM ĐÀ
- Hàn Mặc Tử -

Ở chốn xa người có nhớ ta?
ĐÂY nơi kỷ niệm chẳng phai nhòa
SƯƠNG giăng nệm cỏ bình minh lả
KHÓI loãng thềm rêu ánh nguyệt tà
MỜ dáng trang đài hương phấn rã
NHÂN tình rớt nhạt bóng kiêu sa
ẢNH xưa đượm nét xuân tàn tạ
AI BIẾT TÌNH AI CÓ ĐẬM ĐÀ.

Thanh Trước

HOÀI TRI
(Bài họa)

Ở ĐÂY SƯƠNG KHÓI MỜ NHÂN ẢNH
AI BIẾT TÌNH AI CÓ ĐẬM ĐÀ
- Hàn Mặc Tử -

Ở chốn riêng này chỉ mỗi ta
ĐÂY bao kỷ vật trải thu nhòa
SƯƠNG phai lối nhỏ vây hình lả
KHÓI nhạt vườn xưa phủ bóng tà
MỜ gót giai nhân tàn sắc rã
NHÂN hồn tuyệt mỹ rũ màu sa
ẢNH kia vẫn nét nồng say hạ
AI BIẾT TÌNH AI CÓ ĐẬM ĐÀ.

Trúc Hàn

VÔ THƯỜNG
(Bài xướng)

V ẫn biết gian trần một giấc mơ
Ô m bao ước vọng mãi mong chờ
T ình không trọn vẹn lòng nhung nhớ
H ận chẳng xum vầy dạ ngẩn ngơ
Ư chén nồng say hòa nghĩa lỡ
Ờ ly rượu đắng kết duyên hờ
N iềm vui bút mực truyền hơi thở
G ởi trọn tâm mình dệt áng thơ.

Thanh Trước

TITI DANG
(Bài họa)

T ận chốn mây ngàn dạ vẫn mong
I n bao nỗi nhớ ngập duyên lòng
T ình trao mấy thuở từng đêm khởi
I êu gởi bao mùa mỗi buổi đong
D ẫu biết xa xôi trời viễn cảnh
A n bài cách trở chốn cô phòng
N ày xin ước nguyện hòa đôi bóng
G ởi chiếc thuyền thơ trỗi mấy dòng.

Trúc Hàn

CHÉN ĐỜI
(Bài xướng)

Này em rót cạn ly sầu
Cho ta say trọn bể dâu kiếp đời
Để hồn lạc giữa trùng khơi
Vui cơn bỉ cực lạc rơi cõi trần

Rót thêm tràn bến phù vân
Uống tan bờ mộng xoay vần thế gian
Tìm vui trong cuộc điêu tàn
Nẻo đời lạc giữa muôn ngàn khổ đau

Này em... rót chút bể dâu
Cho ta cùng cạn dòng châu cuộc người
Cho trần gian mãi thắm tươi
Xua tan lối mộng rạng ngời nhân sinh

Rót đi em quyện bên mình
Hương nồng len lỏi ái tình thoả say
Ta vui trong giấc liêu trai
Ngỡ hồn lạc giữa trả vay vô thường...

Trúc Hàn

UỐNG ĐI EM
(Bài họa)

Uống đi em... cạn chung này
Quên đời gian dối đắng cay bẽ bàng
Gom bao chua xót trái ngang
Vùi trong men rượu bàng hoàng cơn mê

Uống đi em... lạc lối về
Trần gian muôn nỗi ê chề nặng vương
Bơ vơ giữa chốn vô thường
Say mơ giấc ngủ nhạt hương kiếp đời

Uống đi em... chén tình vơi
Tay ôm trống vắng nhặt lời yêu xưa
Lã lơi câu hát cho vừa
Môi cay đẫm lệ...đêm thưa mộng tình

Uống đi em... sớm bình minh
Rớt rơi sợi nắng lung linh giọt sầu
Ái ân vụn vỡ lòng đau
Gương soi bóng lẻ bạc màu xuân xanh!

Thanh Trước

TƯƠNG TƯ

(Bài xướng)

Người đi nẻo ấy nhạt môi hường
Lạc cảnh mây chiều dạ vấn vương
Ngõ nhỏ xôn xao tràn mọi hướng
Vườn thưa lặng lẽ khắp đôi đường
Duyên nồng mấy thuở nơi hàng phượng
Nghĩa thắm bao mùa cạnh bãi dương
Vạn lý tình xa ôm mộng tưởng
Sầu lay khắc khoải giấc miên trường.

Rũ giấc miên trường dạ lắt lay
Sầu tương nặng trĩu phủ thân này
Thu tràn lặng lẽ hương nồng thắm
Hạ vãn tiêu điều sắc đượm say
Mấy thuở tình xa mong nợ trỗi
Từng khi nghĩa biệt để duyên bày
Bao đêm vọng mãi người bên ấy
Cách trở đôi mình bậu có hay.

Trúc Hàn

VẤN VƯƠNG
(Bài họa)

Buồn phai má phấn nhạt môi hường
Tím thẳm thu chiều đượm vấn vương
Mỏi mệt tìm đàn chim lạc hướng
Bâng khuâng nhớ bạn én quên đường
Ve sầu trỗi khúc ru hòa phượng
Sáo nhỏ ca bài tống biệt dương
Khắc khoải cô đơn hồn vọng tưởng
Tình trao ước trọn thỏa miên trường

Lạc giấc miên trường cảnh lá lay
Sầu tư gặm nhấm vấn vương này
Tha hương kiếp bạc mơ tình đắm
Viễn xứ thân tàn ước mộng say
Hạ vãn niềm đau hờ hững với
Thu đi nỗi nhớ xót xa bày
U hoài đọng vương hồn thơ quyện
Trọn kết bao lời khúc điệu bay.

Thanh Trước

SAY
(Bài xướng)

Say cho hết
những thăng trầm
Say đời tục thế
Lặng câm kiếp sầu
Say luôn
thỏa cuộc bể dâu
Mai rời cát bụi
bạc nhàu... ảnh nhân.
Say mình
đậu chốn dương trần
Trả vay
muôn nẻo
phù vân bóng tàn
Say trăng
xé toạc đêm tràn
Hong bờ huyệt lạnh liệm dần nỗi đau...
Ta say...
Nghiêng ngả...
Cuộc người... Ta say...

Trúc Hàn

SAY
(Bài họa)

Say đời
bạc trắng như vôi
Say quên gian dối
lạc trôi cõi trần
Say chìm
cơn mộng phù vân
Ngọt ngào
cay đắng
nhục thân ảo mờ
Say cho hết
kiếp dại khờ
Mai cùng cát bụi
hoang mơ nhạt nhòa
Say đêm
trống vắng tình xa
Bơ vơ chốn tạm ta bà... ngất đau...
Ta say...
Rã rượi...
Phận người... Ta say...

Thanh Trước

NGƯU LANG - CHỨC NỮ
(Bài xướng)

Tâm đầu ý hợp bởi do duyên
Kết tóc se tơ thỏa ước nguyền
Chức Nữ Ngưu Lang tròn mộng Điệp
Thiên Đình Hạ Giới trót mơ Uyên
Say câu luyến ái lờ thân phận
Đắm tiếng tình ân bỏ chức quyền
Vướng đọa, Ngân Hà sầu cách trở
Trời Ngâu đổ lệ xót thương niềm.

Thanh Trước

NGƯU LANG - CHỨC NỮ
(Bài họa)

Cũng bởi đâu vì một chữ duyên
Cùng xây mộng ước thỏa câu nguyền
Ngưu Lang mãi nguyện tròn tình điệp
Chức Nữ luôn thề vẹn nghĩa uyên
Đượm ái nên lờ cho phúc phận
Nồng ân vội bỏ mặc quan quyền
Ngân Hà trải lối vương sầu trở
Ngấn lệ trời ngâu xót nỗi niềm.

Trúc Hàn

GỞI
(Bài xướng)

Ở tận phương này mãi thiết tha
Từng đêm khắc khoải ước chung hòa
Vườn yêu nét lộng hồng phơi phới
Cõi uyển hương ngời thắm đậm pha
Suối mộng chờ ai hờ hững trải
Đồi mơ đợi bạn xuyến xao nhòa
Buồn chi tóc úa chiều sương bạc
Gọi gió mang tình gởi chốn xa...

Thanh Trước

VỌNG
(Bài họa)

Muôn ngàn cách biệt những xót xa
Ước mộng cùng nhau thỏa nguyện mà
Nghĩa nặng bao mùa say dáng liễu
Tình tràn mấy thuở lộng hồn hoa
Cung vàng mãi đượm hương ngời trải
Gót ngọc hoài say sắc điệp hòa
Viễn xứ ôm sầu vương vấn quyện
Mong chờ khắc khoải lộng hoàn ca.

Trúc Hàn

NHỚ
(Bài xướng)

Nhớ dậy hồn ta nhớ bóng hồng
Nhớ người viễn cảnh nhớ tròn đong
Nhớ ngày hợp xướng nhớ hoài đượm
Nhớ buổi hòa giao nhớ mãi nồng
Nhớ ngốc chung tình nhớ khắc khoải
Nhớ nàng vẹn nghĩa nhớ mênh mông
Nhớ thời quyện chặt nhớ hình mộng
Nhớ bạn tri âm nhớ quặn lòng.

Trúc Hàn

NHỚ
(Bài họa)

Nhớ mãi ngày xưa nhớ buổi hồng
Nhớ lời ngọt đượm nhớ tình đong
Nhớ bao nghĩa đẫm nhớ duyên mỏng
Nhớ trọn yêu say nhớ phận nồng
Nhớ kẻ tâm hòa nhớ mỏi vọng
Nhớ người não quyện nhớ hoài trông
Nhớ câu thệ cũ nhớ đôi bóng
Nhớ cạn đêm thâu nhớ lệ ròng!

Thanh Trước

SAY
(Bài xướng)

Say anh
bầu rượu túi thơ
Say em dáng ngọc
bên bờ nhân sinh
Say trăng
soi mái hiên đình
Say đêm huyền thoại
ta mình ngất ngây
Say tình
hồn lạc trời mây
Say men ngọt đắng
nồng cay sầu đời
Say cùng
tiếng hát chơi vơi
Say môi ngọt lịm
trao lời ái ân
.....
Say cho đất thấp trời gần
Say rồi ta dệt mấy vần thơ say.

Thanh Trước

SAY
(Bài họa)

Say đời
men ái tình thơ
Say em tuổi mộng
duyên chờ ba sinh
Say đêm
nguyệt lộng bên đình
Hương ngời dáng mộng
đôi hình ngất say
Say ta
lạc nẻo những ngày
Say bầu rượu nhạt
đắng cay cuộc đời
Say ai
hồn lạc muôn nơi
Say ân ái lịm
men bồi đường yêu
Say thêm nắng trải men chiều
Say bờ mộng mị hồn phiêu tháng ngày.

Trúc Hàn

MỘNG
(Bài xướng)

Gió đùa
tóc vướng bờ vai
Thoảng hương yêu ái
đậm lay cõi lòng
Đêm Xuân
chưa tỉnh giấc nồng
Nắng vàng len lén
tô hồng má xinh
Vấn vương
một sợi tơ tình
Sương mai ươm đọng
bình minh biếng chào
Nệm êm
chăn lệch gối nhàu
Hồn say hơi ấm
ngọt ngào bờ môi
.....
Chơi vơi... tìm kiếm... rã rời...
Tay ôm trống vắng giữa trời... lãng quên!

Thanh Trước

DUYÊN PHAI
(Bài họa)

Đêm gầy
Quyện chặt bờ vai
Lối tình vừa nhạt
Vội phai tấm lòng
Mùa sang
Ái chẳng đượm nồng
Giọt ban mai rót
Phiêu bồng thắm xinh
Nhớ vây
Quyện giữa lối tình
Người đi xa mãi
Chung trinh vẫy chào
Lệ cay
Khơi dạ nghẹn ngào
Còn đâu hạnh phúc
Hương trào nhạt môi
.....
Nghe đêm trở giấc xa rời
Cô phòng lặng lẽ… gối hời hợt quên.

Trúc Hàn

TÀN THU
(Bài xướng)

Thu về
thoảng gió heo may
Chơi vơi từng chiếc
lá bay cuối mùa
Mưa Ngâu
thắm mộng tình đưa
Ngập đầy nhung nhớ
chất vừa hồn côi

Vàng rơi
ký ức xa vời
Treo vầng nguyệt lạnh
tả tơi gối nồng
Men cay
ủ cháy phòng không
Tóc mây rối sợi
tim lòng hư hao

Cây khô
cành lá xanh xao
Cuối trời mây xám
phủ bao muộn phiền
Đông chừng
lấp ló ngoài hiên
Ru tình thu chết
trên miền xót xa...

Thanh Trước

HOANG PHẾ
(Bài họa)

Gió đưa
cành liễu la đà
Thu chừng hoang hoải
xót xa cuộc tình
Viễn du
tìm lại bóng hình
Mùa khan khát mộng
chung trinh vẫy chào

Vàng rơi
chiếc lá gầy hao
Ta đi trong cõi
tự trào thoảng đưa
Nghe đêm
trở giấc hương thừa
Gối ân ái lạnh
cho vừa ngất say

Bỗng nghe
mùa động gót hài
Nửa tình hoang phế
liêu trai cuộc người
Vầng trăng lơ lửng... Trăng rơi
Em - Tôi... xót phận duyên đời cách xa...

Trúc Hàn

NGỠ...
(Bài xướng)

Vừa bước đến đường trần ngõ mộng
Cuộc ba sinh kiếp sống nơi đây
Lỡ chân sa cuộc đọa đày
Đành thôi chốn tạm trả vay thế mà

Qua hơn nửa giấc ngà trần tục
Phải kiếp đời ảo thực chuyển xoay
Lặng ru ta trải tháng ngày
Về qua mấy thuở nồng cay biển đời

Ta đã thấy người ơi lệ đắng
Rót dần trong khoảng lặng tâm hồn
Trải đầy theo lẽ dại khôn
Bụi mờ vây phủ héo hon xác thần

Đây cõi tạm vay thân cát bụi
Bước lãng du bên túi thơ tàn
Vẽ đời muôn sự quan san
Nụ cười ta trải vượt gian thế trầm.

Trúc Hàn

LẠC...
(Bài họa)

Ta lạc bước đường trần vạn nẻo
Mộng mơ nào níu kéo hồn hoang
Thầm mong cõi ấm thiên đàng
Có đâu cay đắng bẽ bàng xót vây

Bơ vơ chốn lưu đày thế tục
Nỗi đau trong tiềm thức rụng rơi
Tay ôm trống vắng xa vời
Dốc đời mệt mỏi dần trôi bóng chiều

Nghe tiếng vọng cô liêu tìm gọi
Đêm nguyệt tàn mắt dõi hoài trông
Ly cay trần thế nặng lòng
Vùi men ân ái hư không vỗ về

Ru hết kiếp u mê lặng lẽ
Rót ưu phiền giọt lệ canh dài
Hồn thơ ươm đọng buổi mai
Hòa cung phím lỡ... trả vay cuộc người!

Thanh Trước

ĐÊM SAY
(Bài xướng)

Đêm say
hồn ngả nghiêng rời
Liêu xiêu cùng đất
cùng trời lãng quên
Trăng say
bóng đổ ngoài hiên
Chập chờn ẩn hiện
giữa nền mờ sương
Gió say
gió lạc nẻo đường
Lang thang tìm bến
bờ thương hững hờ
.....
Ta say...
dệt những vần thơ
Vùi bao nỗi nhớ niềm chờ...
Đêm say!

Thanh Trước

ĐÊM SAY
(Bài họa)

Em say
Chếnh choáng giọt đời
Ngả nghiêng con chữ
Chơi vơi cung sầu
Thơ say
Cuộc thế thơ đau
Đêm say ngất ngưởng
Nát nhàu gió sương
Đời say
Một thoáng vô thường
Vui bên cõi tục
Nhiễu nhương cuộc người
Ta say cho lối tình vơi
Cho quên ân ái lạc rơi... Bốn mùa.

Trúc Hàn

HOÀI MONG
(Bài xướng)

Ta hoài ước mãi vạn lần sau
Hạnh phúc trăm năm ngọt sắc màu
Một hạ bên em tình đượm thắm
Hai mùa cạnh ngốc nghĩa nồng sâu
Không tin bốn bữa đời hoang hoải
Chẳng gặp mười đêm kiếp lặng sầu
Lẻ bóng âm thầm qua chín đợi
Thôi đành tháng Bảy vọng mùa Ngâu.

Trúc Hàn

TƯƠNG TƯ
(Bài họa)

Một khối tương tư lệ ngấn tròng
Hai đầu nỗi nhớ xót hồn mong
Tình anh chín đợi không mờ bóng
Ý thiếp mười thương chẳng nhạt lòng
Cách trở ngàn phương sầu mãi đọng
Xa lìa vạn lối não còn đong
Dù đời lạc nẻo ba thu ngóng
Nguyện giữ trăm năm vẹn ánh hồng.

Thanh Trước

KIẾP ĐỜI
(Bài xướng)

Ru ta lạc giấc vô thường
Say bên trần tục phong sương kiếp người
Lệ cay rớt giữa chơi vơi
Bờ môi nghẹn đắng nửa vời xót đau

Trót vay nửa kiếp u sầu
Bên vòng nhân thế dãi dầu đục trong
Mai về giữa chốn hoang đồng
Trải manh trần tục hư không đất trời

Ta bà cát bụi dòng trôi
Trầm luân xoay chuyển... bến đời can qua
Men cay nấc nghẹn vỡ òa
Dâng tràn mấy thuở xót xa cuộc người...

Trúc Hàn

HƯ VÔ
(Bài họa)

Ru đời trên những đa đoan
Bụi trần phủ kín vai ngoan giấc sầu
Cuộc người lắm cảnh bể dâu
Men cay vừa cạn lòng đau lấp đầy

Được còn gió thoảng mây bay
Vô thường một kiếp rồi mai ta về
Nửa đời lẩn quẩn u mê
Vấn vương cõi tạm tràn trề mơ hoang

Ru hồn rời rạc lở loang
Tay ôm hờ hững mảnh tàn hương xưa
Lạc trôi nhân thế lọc lừa
Tỉnh ra... ta đã chín vừa... hư vô...

Thanh Trước

ĐÊM TRẦN
(Bài xướng)

Đêm trần truồng
ru đời
say gối mộng
Giữa đam mê
gió lộng quyện trăng ngà
Hương nồng nàn
lướt nhẹ...
phía môi hoa
Bờ ân ái
dâng tràn qua ngày tháng

Ta bỗng nghe
xiết rên cùng tiếng nhạn
Gót phiêu bồng
băng lãng phía xa xôi
Vẫn còn đây
Một nửa mảnh
Hồn côi...
Trầm lặng lẽ
Ôm ngõ hồn băng giá...

Trúc Hàn

ĐÊM TRÔI...
(Bài họa)

Đêm rời rã...
lạc trôi miền ân ái
Thoảng hương nồng
ươm trải
xóa niềm đau
Nhịp tim yêu dồn dập
lượn sóng gào
Môi run rẩy...
khát khao bờ mật ngọt

Đêm rời rã...
mảnh tình chừng vỡ sót
Nửa chơi vơi
chót vót ánh nguyệt tàn
Nửa hững hờ
tay với xót xa tan
Say cơn mộng...
quắt quay
ngàn trùng nhớ...

Thanh Trước

KIẾP HỒNG
(Bài xướng)

Lạc bước đào nguyên gió quyện lòng
Sương mờ nước bạc sắc hoài đong
Non bồng núi thẳm hồn ươm đọng
Cỏ biếc mây ngàn dạ ngẩn mong
Bướm lượn say hoa ngàn cánh mỏng
Ong chao luyến nụ vạn hương nồng
Thi nhân gót mỏi tình dâng sóng
Mộng cảnh tơ loan trải kiếp hồng.

Thanh Trước

TÌNH ĐONG
(Bài họa)

Hồn say gối uyển dậy hương lòng
Núi ngọc loan đào quyện ái đong
Dệt chữ duyên ngời luôn rực sắc
Đan câu nợ thắm vẫn tươi hồng
Cho hồn lãng tử tình thêm đượm
Để dạ thuyền quyên nghĩa mãi nồng
Dẫu cuộc trần ai còn nặng sóng
Vui đời thế tục trải thinh không.

Trúc Hàn

MEN SẦU
(Bài xướng)

THƠ KHÔNG XƯỚNG HỌA THI NHÂN TỦI
PHÚ CHẲNG BÌNH NGÂM MẶC KHÁCH SẦU

THƠ thẩn chiều rơi bạc sắc màu
KHÔNG người đối ẩm úa hồn nhau
XƯỚNG câu ái nghĩa lòng ghi tạc
HỌA chữ ân tình dạ khắc sâu
THI tửu say men đời khổ hận
NHÂN trần lạc chén kiếp thương đau
TỦI duyên lỡ phận vùi chung đắng
PHÚ CHẲNG BÌNH NGÂM MẶC KHÁCH SẦU.

Thanh Trước

NGẪM
(Bài họa)

THƠ KHÔNG XƯỚNG HỌA THI NHÂN TỦI
PHÚ CHẲNG BÌNH NGÂM MẶC KHÁCH SẦU

THƠ dễ dôi trao đượm sắc màu
KHÔNG người thưởng thức chạnh hồn đau
XƯỚNG vần lục bát say đời bạc
HỌA chữ đường thi quyện kiếp nhàu
THI hữu ghi chung dòng ái đượm
NHÂN hòa khắc trọn chuỗi tình sâu
TỦI hờn mãi vọng người tri kỷ
PHÚ CHẲNG BÌNH NGÂM MẶC KHÁCH SẦU.

Trúc Hàn

GIẤC THU
(Bài xướng)

Ngọt ngào
giấc ngủ chiều Thu
Lá rơi trải lối
êm ru tình nồng
Gió lay
vạt tóc mây bồng
Buông lơi sợi rối
quyện đong vai gầy

Bàn tay
đan níu bàn tay
Đưa ai
vùi cõi mộng say
hững hờ
Môi hôn
lịm ngất... hồn mơ
Lạc miền ân ái
trời thơ ươm tình!

Thanh Trước

THU KHÁT
(Bài họa)

Êm đưa
cỏ biếc bờ xinh
Vọng ngây ngất dạ
nguyên trinh phận đời
Giấc Thu
ngọt trải mùa rơi
Thơm miền ái đượm
tinh khôi dấu trần

Vòng tay
ôm đóa phù vân
Nụ yêu hấp hối tay lần... hư vô
Nghe đêm
khát máu tội đồ
Bồng loan núi thẳm khơi mồ trăm năm.

Trúc Hàn

THU XA
(Bài xướng)

Thu về
chiếc lá vàng bay
Nghe trong canh vắng
sầu lay cõi hồn
Miền yêu
lạc chiếc môi hôn
Mình xa viễn xứ... mỏi mòn tim ta

Nghe đêm
rơi giấc mộng òa
Bóng người hun hút
xót xa đáy lòng
Cho đời
lạc nẻo mây bồng
Yêu thương rơi giữa
nhớ mong ngút ngàn...

Dậy nghe
nỗi nhớ đi hoang
Vùi trong giá lạnh...
đôi hàng mi cay
Men nồng
từ độ hương say
Lạc bờ môi thắm...
... vòng tay
... nồng nàn.

Trúc Hàn

THU PHAI
(Bài họa)

Rừng thu
sắc lá vàng bay
Tình sầu trĩu nặng
lất lây tim hồng
Tâm tư
gởi áng mây bồng
Cô đơn quạnh vắng
phòng không bóng người

Điệu buồn
trỗi khúc chơi vơi
Câu yêu lạc lối
bên trời vấn vương
Đời ru...
say giấc vô thường
Men cay ươm đọng
môi hường nhạt phai

Mưa Ngâu
ướt đẫm gót hài
Tóc mây thiếu một bờ vai...
Tóc buồn!
Tay ôm sợi nhớ vùi chôn
Hương yêu nồng ấm...
... nụ hôn
... tình hờ!

Thanh Trước

TRÀN
(Bài xướng)

Đêm tràn
rớt sợi tình vương
Ru oằn giọt ái
ươm hường dáng em
Bờ yêu
còn đọng môi mềm
Về qua e ấp
chạm êm bốn mùa

Đêm tràn
bóng nguyệt về khuya
Vòng tay ôm lấy
hương vừa gối chăn
Quyện cho hồn vía... ngã lăn
Nụ hôn quá nửa...
sương lan... nắng tràn...

Trúc Hàn

VỪA
(Bài họa)

Dâng vừa...
nỗi nhớ hồn côi
Mơ bên gối mộng
tình vời giấc êm
Đọng bờ suối ngọc
hương đêm
Gót chân phiêu lãng
vương mềm cỏ may

Dâng vừa...
men ái quyện say
Môi tràn giọt đắng
mắt gầy miền yêu
Sắc Thu
vàng đượm bóng xiêu
Lá rơi trải lối...
bạc phiêu đường trần!

Thanh Trước

LÃNG TỬ SẦU
(Bài xướng)

Rót cạn men sầu chuốc thế nhân
Vùi chôn nghẹn đắng giữa đời trần
Sang hèn mấy thuở trầm luân kiếp
Ngẫm xót riêng mình lãng tử chân

Nhấp chén nồng cay mãi vẫn sầu
Thương đời nghiệt ngã với nông sâu
Thân ta cõi tạm vùi sương gió
Vướng giữa nhân gian bạc mái đầu

Lãng tử thân ta lạc giữa đời
Nghe hồn khắc khoải tiếng lòng rơi
Men cay mượn để quên trần thế
Rượu đắng mua vui vẫn tuyệt vời

Trúc Hàn

KIẾP BẠC
(Bài họa)

Chuốc chén men cay giữa cuộc trần
Vui cười ngạo nghễ chuyện nhân luân
Chôn bao xót đắng hòa chung cạn
Bạc bẽo tình đời chẳng lụy thân

Cát bụi trần ai nhuộm mái đầu
Phù du một kiếp sẽ về đâu
Hơn thua được mất miền hư ảo
Thoảng chốc xa rời cuộc bể dâu

Lãng tử phong trần túi rượu vơi
Câu thơ lạc lõng rớt bên đời
Tri âm mấy kẻ nào đâu tá
Lệ nhỏ... chung sầu... giấc mộng lơi...

Thanh Trước

NHẶT VỀ...
(Bài xướng)

Nhặt về một thoáng thanh xuân
Đánh rơi trong bể trầm luân sóng đời
Tay ôm trống vắng chơi vơi
Còn chăng chỉ giấc mộng hời tàn hư...

Nhặt về nửa mảnh hồn nhừ
Rã trôi giữa chốn mịt mù nhân gian
Môi khô... lệ cạn... sầu tràn
Đêm đơn lạc lối... mơ tan kiếp người...

Nhặt về tình vụn xa khơi
Nhạt nhoà ký ức trông vời cõi mê
Trần ai một bóng ta về
Bạc vương tóc úa... não nề câu thơ...!

Thanh Trước

GOM VỀ
(Bài họa)

Gom về một chút hanh hao
Kiếp trầm luân trải quyện vào thu xa
Hong khô ngọt đắng đời ta
Giữa dòng nhân thế nhạt nhoà xót đưa

Gom thêm cả cuộc yêu vừa
Đan bờ mộng ấm về khua kiếp trần
Ươm hồng thắm nẻo phù vân
Hương thoang thoảng đượm vàng ngân sắc đời

Gom về mảnh vụn tình rơi
Kết tràn ân ái nồng khơi bể tình
Nợ duyên luôn khởi nụ xinh
Về qua mấy thuở quyện hình bóng nhau.

Trúc Hàn

CÁT BỤI
(Bài xướng)

NGÀN NĂM CÁT BỤI HÒA HƠI THỞ
VẠN KIẾP PHONG TRẦN LẠC Ý THƠ

NGÀN nẻo ân tình lấp cõi mơ
NĂM xưa dấu cũ xóa mộng hờ
CÁT vàng sóng bạc hờn dang dở
BỤI trắng mây hồng giận ngẩn ngơ
HÒA quyện câu ca lòng vẫn nhớ
HƠI vương khúc nhạc dạ luôn chờ
THỞ than phận số sai duyên nợ
VẠN KIẾP PHONG TRẦN LẠC Ý THƠ.

Thanh Trước

PHONG TRẦN
(Bài họa)

NGÀN NĂM CÁT BỤI HÒA   HƠI THỞ
VẠN KIẾP PHONG TRẦN LẠC Ý THƠ

NGÀN dặm duyên nồng đượm cõi mơ
NĂM xa cách trở nụ yêu hờ
CÁT chìm sóng lặng đời hăm hở
BỤI lắng mây trôi kiếp thẫn thờ
HÒA thuở trông nom, làn khói phủ
HƠI sương trải, quyện nẻo mong chờ
THỞ than cuộc thế tình không nợ
VẠN KIẾP PHONG TRẦN LẠC Ý THƠ.

Trúc Hàn

THƠ TÔI VIẾT
(Bài xướng)

Thơ tôi viết bằng con tim rướm máu
Xót thương đời hay áo não thương thân
Lệ khô thơ mãi ân cần
Quyện hòa hơi thở điệu vần dệt mơ

Thơ tôi viết bằng chờ mong ngóng đợi
Những cuộc tình vời vợi đã bay xa
Ái ân xưa thoáng nhạt nhòa
Đàn rơi phím vỡ câu ca lạc loài

Thơ tôi viết trong đắng cay hờn tủi
Của bao chiều lầm lũi bước chân hoang
Tay ôm bóng tối dần loan
Cô đơn trống vắng tiếng vang vọng buồn

Thơ tôi viết trong cơn say bất tận
Môi tươi cười tim vẫn nặng ưu sầu
Men cay không xóa niềm đau
Xuân xanh héo rũ úa nhàu... lạc trôi!

Thanh Trước

THƠ TÔI VIẾT
(Bài họa)

Thơ tôi viết là mảnh đời cay đắng
Cuộc thế sầu tím lặng giữa nhân gian
Là xót đau thắt hồn hoang
Đếm đong qua những ngổn ngang kiếp người

Thơ tôi viết là chơi vơi vụn trải
Của tháng năm khắc khoải trùng khơi
Lệ cay nấc nghẹn giữa trời
Bước chân lạc lỏng lặng rơi xuống trần

Thơ tôi viết là muôn ngàn khát vọng
Bao ái ân như mộng vỡ tan tành
Vết thương đau mãi chẳng lành
Trải cùng năm tháng khô hanh cuộc người

Thơ tôi viết là nụ cười nhạt nhẽo
Đọng trên môi khô héo cả cõi lòng
Men sầu quyện chặt hư không
Bạc phiêu duyên kiếp đoạn trường… ảnh nhân.

Trúc Hàn

VỪA
(Bài xướng)

Vừa... chớm duyên tơ kết mộng lòng
Vừa... tròn nợ liễu quyện tình đong
Vừa... dâng nỗi nhớ sầu đơn bóng
Vừa... trỗi niềm đau xót quạnh phòng
Vừa... ngát hương yêu hồn mãi vọng
Vừa... bừng sắc ái dạ hoài mong
Vừa... tràn chén đắng môi chườm mọng
Vừa... cạn chung cay lệ ngấn tròng.

Thanh Trước

ĐỦ
(Bài họa)

Đủ... thơm nhớ trỗi quyện bên lòng
Đủ... dịu thương tràn khắc vẹn đong
Đủ... xót duyên đời chia rẽ bóng
Đủ... đau kiếp nợ cách cô phòng
Đủ... ngời ái nghĩa vườn thu vọng
Đủ... rạng ân tình lối hạ mong
Đủ... ấm miền yêu khơi cảnh mộng
Đủ... say gối uyển lệ vương tròng.

Trúc Hàn

BỖNG DƯNG
(Bài xướng)

Bỗng dưng... nỗi nhớ chợt dâng
Người xa vời vợi... bâng khuâng ngắn sầu
Mịt mờ sương lạnh...Về đâu?
Chân hoang lạc bước vực sâu gọi mời

Bỗng dưng... hồn thấy chơi vơi
Chiều thu xác lá vàng phơi cuối đường
Tình nào nặng mối tơ vương
Xót xa đôi ngả sâm thương lạc loài

Bỗng dưng... thèm một vòng tay
Ấp ôm đêm lạnh thấm dài cơn mê
Lặng nghe hơi thở vỗ về
Ngân nga âm điệu tràn trề nhịp tim...

Bỗng dưng...
Khát một nụ hôn...

Thanh Trước

CHỢT NGHE
(Bài họa)

Chợt nghe... ngấn lệ đổ dồn
Tình xa vạn lý... nụ hôn lạc rời
Bóng chiều tím biếc bên đời
Nghe hồn loang lổ rụng rơi gót trầm

Chợt nghe... dạ thắt quặn tâm
Giữa thu khắc khoải lặng câm kiếp sầu
Cánh thiên di lạc về đâu
Lối tình vừa khởi đôi đầu cách xa

Chợt nghe... thấm cuộc yêu mà
Quyện vào gối mộng đẫy đà cơn mê
Tàn đêm ấm nụ môi kề
Nợ duyên đượm thắm vỗ về sớm hôm

Chợt nghe...
Thèm vòng tay ôm...

Trúc Hàn

ĐƯỢM NỒNG
(Bài xướng)

MUÔN ĐỜI RỰC SÁNG TÌNH DUYÊN ĐƯỢM
VẠN THUỞ NGỜI XINH ÁI NGHĨA NỒNG

MUÔN nẻo dù xa nguyện ước đồng
ĐỜI tràn lịm thỏa những ngày trông
RỰC ngàn nghĩa khởi đan hồn thắm
SÁNG triệu ân khơi kết dạ hồng
TÌNH trỗi bao mùa say dáng hạ
DUYÊN ngời mấy bận quyện hình đông
ĐƯỢM màu hạnh phúc đường yêu mãn
VẠN THUỞ NGỜI XINH ÁI VẸN NỒNG.

Trúc Hàn

LUYẾN HƯƠNG
(Bài họa)

MUÔN ĐỜI RỰC SÁNG TÌNH DUYÊN ĐƯỢM
VẠN THUỞ NGỜI XINH ÁI NGHĨA NỒNG

MUÔN nhịp yêu thương thắm chữ đồng
ĐỜI tràn khúc điệu ngất ngây trông
RỰC khơi cánh bướm mơ hòa hợp
SÁNG tỏa đài hoa mộng kết hồng
TÌNH rót bao ngày vui nắng hạ
DUYÊN tròn mấy buổi ấm trời đông
ĐƯỢM hương nụ luyến ong say mật
VẠN THUỞ NGỜI XINH ÁI NGHĨA NỒNG.

Thanh Trước

THU SẦU
(Bài xướng)

Thu về...
xác lá vàng phơi
Trải đầy nỗi nhớ
chơi vơi ngập hồn
Hong hanh
từng sợi nắng buồn
Vấn vương ngọn cỏ...
hôn vờn mắt nai

Hoàng hôn
bóng ngả buông dài
Gió lao xao nhẹ
tóc mây bồng bềnh
Lối gầy
sỏi đá chênh vênh
Gót chân phiêu lãng
buồn tênh cõi trần

Lạc chìm
cơn mộng phù vân
Hư hao trống vắng vọng ngân phím sầu...

Thanh Trước

THU LẶNG
(Bài họa)

Thu về...
Bến đợi oằn sâu
Chín vàng giọt nhớ
bóng tàu mờ phai
Gió len lén động giấc dài
Cô liêu dáng nguyệt
xác gầy... mùa nghiêng

Buồn rơi
chạm đáy mắt huyền
Nhớ nhung vây kín
vẹn nguyên gót trầm
Mộng thường... nẻo ấy xa xăm
Về ru mấy thuở...
lạnh căm chốn trần

Dang tay
chạm đóa phù vân
Chênh vênh thế tục lặng ngân cung sầu...

Trúc Hàn

NỖI NHỚ...
(Bài xướng)

Có nỗi nhớ...
chênh vênh vừa chợt gọi
Thoảng vọng về
tràn bóng tối màn đêm
Giữa cơn say
chất ngất đọng môi mềm
Nhè nhẹ rót điệu ru êm buồn trải

Có nỗi nhớ...
lạc loài đầy khắc khoải
Đôi tay gầy
với mãi chẳng buông lơi
Nghe đâu đây
tiếng yêu ái gọi mời
Cơn mộng vỡ... chơi vơi hồn rượi rã

Có nỗi nhớ...
hoang rơi bờ sỏi đá
Xót cuộc tình
tựa chiếc lá thu bay
Gót phiêu linh
dẫm nát cả hình hài
Đau... xé vụn... tim côi mài miệt trói
.....
Có nỗi nhớ... chợt đi... rồi chợt đến...
Có nỗi nhớ...
dường như mãi...
không tên...!!!

Thanh Trước

NIỀM YÊU
(Bài họa)

Có niềm yêu...
cứ đong đầy cõi dạ
Giữa thu tràn
dâng ngập cả hồn ai
Quyện vấn vương
thổn thức suốt đêm dài
Bầu nhung nhớ oằn lay từng canh vắng

Có niềm yêu...
xót xa đời hụt hẫng
Bên mùa rơi lãng đãng phía trời thu
Mà nghe sao
hồn buốt lạnh nát nhừ
Miền ái lạc lãng du về triền mộng

Có niềm yêu...
cứ dâng cao ngọn sóng
Mãi dạt dào khát vọng cuốn mùa lan
Gót thu xa
rụng rơi chiếc lá vàng
Bao khắc khoải cứ miên man lồng ngực.

Có niềm yêu...
cồn cào trên đất Mẹ
Cứ từng ngày giằng xé... rã buồng tim...

Trúc Hàn

LY CAY TRẦN THẾ

Ta vùi trong chén rượu cay
Vui đời thế tục đọa đày kiếp thân
Rong chơi giữa chốn phong trần
Cuộc người mấy thuở phù vân bóng chiều

Ta vùi hồn giữa cô liêu
Thẫn thờ nhịp bước liêu xiêu cõi tình
Sẩy chân bóng lạc mất hình
Cuối đường hiu quạnh chỉ mình với ta

Ta vùi thân cõi ta bà
Dối gian lừa lọc người, ma...bất tường
Kiếp tằm nặng nợ tơ vương
Dệt câu hờ hững đoạn trường... Đa đoan!

Mai này về giữa mộ hoang
Ta thân cát bụi mây ngàn gió lay
Bạc phiêu qua lối đọa đày
Bóng đời cũng chỉ khói bay vô thường...

Trúc Hàn-Thanh Trước

CHIỀU TÀN

Ta về hong tóc chiều tàn
Lắng nghe chim gọi giọng khàn thiết tha
Nắng vàng lẩn trốn non xa
Vẳng đưa khúc nhạc ngân nga điệu buồn...

Ta về nghe giọt đời tuôn
Rơi trong khắc khoải ngọn nguồn vô biên
Hương khơi in nặng gót huyền
Trầm luân thế tục lạc miền thương đau

Trót vay nửa cuộc u sầu
Biển đời loang lổ... Nhạt màu ảnh nhân.

Thanh Trước - Trúc Hàn

LẠC RƠI

Chiều rơi
nỗi nhớ tím mây
Hoang vu bờ cát hồn gầy cô liêu
Gió đùa
sóng biển hắt hiu
Tóc mây rối sợi vương nhiều xót xa
Nhạc ru
trên những phím ngà
Âm đưa vọng vẳng lời ca não nề
Nửa đời
chìm đắm u mê
Tay ôm lạc lõng... tình về chốn không!
...
Mênh mông...
Đời mãi... Mênh mông...
Gót hài rơi giữa mây bồng lả say

Đêm rơi
Chạnh xót hương gầy
Cô liêu rơi giữa
tháng ngày không em
Gió
miên man lặng bên thềm
Chơi vơi giọt nhớ
rũ mềm đi hoang
Ta rơi
mấy thuở nồng nàn
Yêu thương xa thẳm
lệ chan cõi lòng
Lá rơi xuống giữa
mùa đông
Thu vắng vặc nhớ
mênh mông cuộc tình
Sương rơi
đón ánh bình minh
Em rơi về giữa
tim mình hoan ca
...
Mấy mươi năm gọi là già
Cho hồn run rẩy bóng tà đổ nghiêng...

Thanh Trước - Trúc Hàn
(Hợp tác CHIỀU NHỚ và ĐÊM RƠI)

VỀ THÔI

Về đâu
ngõ mộng hoen mờ
Biển đời hoang hoải
ngẩn ngơ cuộc trần
Phong sương
vây rã xác thân
Dốc tình xa thẳm
vương ngần mắt nhau
Ta vượt
qua sóng dãi dầu
Lặng vui bước giữa
mùa ngâu gót trầm

Về chưa
tìm bóng xa xăm
Thu hun hút trải
đêm nằm xót đau
Hương phai rớt vội ly sầu
Còn đây giọt nhớ
hoen màu cô liêu
Men cay
lạc giấc nồng phiêu
Cuộc người loang lổ
Cuối chiều rát đau
Ta bà mấy thuở... Về đâu
Nhân sinh lạc giữa kiếp sầu... tàn tro.

Về ôm
sỏi đá dại khờ
Gót chân phiêu bạt
bơ vơ lạc loài
Nợ trần
nặng trĩu đôi vai
Tóc pha sương trắng
miệt mài tháng năm
Dốc đời
mòn mỏi xa xăm
Từng đêm nhịp bước âm thầm phố thưa

Về gom
nhặt chút hương thừa
Đôi tay trống vắng
cho vừa xót xa
Phôi phai
kỷ niệm ngọc ngà
Còn trơ nỗi nhớ
nhạt nhòa âm vang
Rượu cay men đắng hồn hoang
Say câu tình cạn lỡ làng... dạt trôi

Kiếp người... được mất...Về thôi!

Trúc Hàn-Thanh Trước

MEN TÌNH

Nào dang tay chạm ngọc ngà
Nửa mơn trớn dậy nửa hòa ái ân
Quyện say giữa cuộc phong trần
Hương khơi bóng nguyệt về ngân đôi lòng

Bồng loan núi ngọc tràn đong
Ru ngây ngất lịm môi nồng khát khao
Lạc rơi suối mộng vườn đào
Êm đưa cỏ biếc ươm màu nguyên trinh...

Trúc Hàn-Thanh Trước

LẠC MỘNG

Rong chơi
giữa chốn vô thường
Phù du cát bụi
vấn vương tình trần
Hồn thơ
lạc giấc phù vân
Liêu Trai mộng ảo điệu vần chơi vơi...

Nào say
chén tạc bên đời
Ru nồng câu chữ
về khơi lối tình
Dẫu là
cát bụi hoài xinh
Trần gian một kiếp duyên mình với ta.

Thanh Trước - Trúc Hàn

BẠC ĐEN

Ta tìm ta
giữa cõi trần
Xót xa vây phủ
nhục thân kiếp người
Nặng vay
câu hát tiếng cười
Tim sầu héo rũ
còn ngời giọng ca

Ta rơi
giữa chốn ta bà
Bụi trần vương vít
ánh tà dần len
Ta đau
sự thế bạc đen
Cuộc người bao thuở...
Sang hèn phụ nhau

Trách chi
đời lạc lối sầu
Nào vui chén tạc
vọng câu ân tình
Mai về
trong kiếp phù sinh
Xa đời dâu bể
bóng hình vụt tan...

Thanh Trước - Trúc Hàn

RU

Ru đời
chất ngất cơn say
Ru bao hờ hững
bên ngày dần trôi
Ru đêm
giấc ngủ bồi hồi
Ru tình liệm chết
nhạt môi sắc hồng

Ru mùa
rét lạnh vào đông
Ru ta lạc lối
giữa dòng phù vân...
Ru tình
qua nẻo ái ân
Ru câu duyên nợ
Vàng ngân sắc tàn

Ru người
vượt những trái ngang
Ru bên trần tục
dậy tràn thế nhân
Ru ta
một kiếp thanh bần
Vui trong khổ lụy vượt ngàn đắng cay.

Thanh Trước - Trúc Hàn

LIÊU TRAI

Bá kỷ thu ba lộng nguyệt hồ
Tương phùng đỉnh ký quyện hư vô
Đào hoa phủ tuyết minh nhân ảnh
Bạch lạp pha sương ảo quế mồ
Mỹ nữ mê hồn cung oán dậy
Thư sinh quyện sắc nhịp tranh đồ
Tỳ bà vọng khúc âm dương biệt
Bá kỷ thu ba lộng nguyệt hồ.

TH-TT
Trúc Hàn-Thanh Trước
19.09.2018

THỀM XƯA

Từ đi cỏ đượm hơi sương
Gót chân phiêu lãng đọng vương ân tình
Thềm xưa nhạt bóng phai hình
Sót câu thơ dở bên ghềnh rêu xanh...

Từ em giọt lặng trên cành
Từ anh mong mỏi bên vành môi cong
Viễn du trong cõi Mây bồng
Kiếp đa đoan trải hư không cuộc đời

Từ mùa sang lá vàng rơi
Thu biêng biếc mộng hương ngời đi hoang
Từ ta vui giấc địa đàng
Dấu trần rơi giữa miên man tích trầm.

Thanh Trước - Trúc Hàn

CHÉN TRẦN

Nào em
nâng chén hương đời
Ươm bên kiếp tục
dậy khơi gót trần
Quàng tay...
tuột áo phù vân
Lần đôi núi ngọc
quyện ngần tháng năm
Dốc đời
mòn mỏi xa xăm
Phù du cát bụi
thăng trầm cõi mơ
Uống đi...
chén đắng tim khờ
Vùi men ân ái quên bờ thế nhân.

Trúc Hàn-Thanh Trước

ĐÊM HOANG

Đêm hoang lạnh
gió mịt mù
Nửa hồn lây lất ngục tù nhân gian
Nửa hồn
trôi dạt mây ngàn
Trêu trăng ghẹo Nguyệt bên màn sương vây
Quên đời
trong chén men say
Nuốt trôi mặn đắng chua cay tình người

Đêm hoang lạnh
gió ru hời
Đôi tay trống vắng xanh ngời nỗi đau
Vấn vương
chăn lệch gối nhàu
Rót đầy niềm nhớ chôn vào cõi mơ
Vùi quên
trong những vần thơ
Lạc loài câu chữ dại khờ u mê

Đêm hoang lạnh
gọi hồn về...
Bơ vơ lạc lõng bên lề nhân sinh...

Thanh Trước

VÁ

Ta về vá tuổi xuân nào rách mướp
Tháng ngày dài sầu ướp đọng mi khô
Dấu yêu xưa vùi huyệt lạnh hoang mồ
Đêm quạnh vắng vần thơ nhòe giấy mực

Ta về vá tim hằn in vết nứt
Mãi đợi chờ hun hút bóng người đi
Gió mùa sang phai nhạt tuổi xuân thì
Tay hờ hững cố ôm ghì dĩ vãng

Ta về vá mảnh hồn nơi phiêu lãng
Lạc lối quen vất vưởng giữa sương mù
Chốn nhân trần là cát bụi phù du
Muôn xác thịt hòa thiên thu vụn vỡ

Ta về vá chữ tình đà dang dở
Trong cơn say nghe nhịp thở vọng về
Chén ái ân còn vương đọng cơn mê
Chăn gối lẻ chán chê... đường chỉ... vá!

Thanh Trước

HONG TÌNH

Ta về hong sợi tình đau
Ừ thôi một thuở ngọt ngào vấn vương
Sợi dài... mang nỗi đoạn trường
Thêm dăm sợi ngắn... yêu thương lạc loài

Ta về hong ấm bàn tay
Đan vào niềm nhớ quắt quay rã rời
Ngón nào... lạc chốn chơi vơi
Ngón nào hờ hững... buông lơi giáo điều!

Ta về hong lại lời yêu
Đọng vừa mi mắt bao chiều thiết tha
Nụ hôn thơm ngát thịt da
Làn môi vụng trộm... ngọc ngà dáng mơ

Ta về hong mảnh tình hờ
Rớt rơi cõi trống hư vô não nề
Xác trần hòa chốn u mê
Hồn hoang quấn quyện câu thề dở dang...

Thanh Trước

VỀ ĐÂU

Chiều loang
nắng đỗ bên thềm
Hoàng hôn tím rũ hơi đêm đọng sầu ...
Nửa đời
sóng gió bể dâu
Tóc xanh xưa đã úa màu nhạt phai

Xác xơ
ôm lấy hình hài
Gào lên nỗi nhớ miệt mài tháng năm
Dốc đời
mệt mỏi xa xăm
Chân xiêu thèm khát chỗ nằm hôm qua

Cô đơn
gặm nhấm hồn ta
Rượu bao chung cạn vẫn là ảo hư
Về đâu...
màn tối âm u
Về đâu...
giữa chốn hoang vu đường trần!

Thanh Trước

HƯƠNG YÊU

Sợi vàng
rơi đọng mắt ai
Lung linh giọt nắng
chiều phai... nhạt chiều
Thu về
hồn nhuốm cô liêu
Ngẩn ngơ chiếc lá
bạc phiêu cuối trời

Lạc loài
cung phím chơi vơi
Hòa vương hơi thở
Lả lơi điệu vần
Hương yêu
thoảng giấc phù vân
Nụ hôn vừa chín
tay lần... hư vô!

Thanh Trước

MƠ HOANG

Người đi tóc úa chiều hoang
Lơ thơ vài sợi tơ vàng thiết tha
Quyện rơi trong giọt nắng tà
Vấn vương cung điệu tình ca dạt dào

Đêm về đọng giấc chiêm bao
Lạc vùng nhung nhớ trôi vào cơn say
Liêu Trai hồn bướm vụt bay
Ngẩn ngơ cánh mỏng nhẹ lay nụ tình

Đồi mơ hong nét nguyên trinh
Ngọt ngào hương phấn ươm mình cỏ êm
Lả lơi mắt ướt môi mềm
Cạn bờ ân ái trải đêm miệt mài

Sương khuya lạnh buốt đôi vai
Mơ hoang rã rượi canh dài vụt trôi
Giường không chăn lạnh bồi hồi
Lửa yêu tàn lụn tim côi hững hờ...

Thanh Trước

NHẶT

Nhặt dấu yêu xưa đượm tuổi hồng
Nhặt đường lối cũ thoáng xa trông
Nhặt sương đất mẹ mờ ký ức
Nhặt nắng quê cha rạng nỗi lòng
Nhặt ánh bình minh soi bến đỗ
Nhặt vầng nguyệt chiếu dõi bên sông
Nhặt câu nghĩa tạc bền tâm sáng
Nhặt chữ thâm tình quyện trí thông.

Thanh Trước

MỘ KHÚC

Ru ai mộ khúc ngậm ngùi
Xuân nồng phai nhạt chôn vùi lặng câm
Bàn tay từng ngón âm thầm
Lần tìm ký ức bao năm vương sầu...

Ru người về những đêm thâu
Gối chăn hờ hững úa nhàu tim yêu
Đường khuya quạnh vắng tiêu điều
Mưa rơi phố cũ tường rêu đá buồn

Ru đời trên đỉnh cô đơn
Gương xưa vụn vỡ mắt hờn xa trông
Phôi pha một mảnh tình hồng
Sóng tan biển cạn kiệt cùng ái ân...

Thanh Trước

LẠC LOÀI

Ngõ mộng âu sầu nhớ dáng ai
Vườn yêu quạnh quẽ điểm canh dài
Bao mùa lá úa tình vương trải
Mấy thuở trăng tàn ái chẳng phai
Xót cảnh tha hương hồn tê tái
Thương câu biệt xứ dạ u hoài
Thiên Di mỏi cánh trời hoang dại
Lẻ bạn kêu than tiếng lạc loài...

Thanh Trước

THÁNG CHÍN

Tháng Chín... thoảng heo may nhè nhẹ
Mưa ngâu buồn ngấn lệ nào rơi
Lá vàng bay lả tả cành rời
Nghe nỗi nhớ chơi vơi vụn trải

Tháng Chín... ngọt ngào hương cỏ dại
Nụ sầu vương đọng mãi bờ mi
Gầy đôi tay khờ khạo ôm ghì
Bóng ân ái chim di mỏi mệt

Tháng Chín... chợt nghe tim ngờ nghệch
Nhớ môi hôn... ngốc nghếch giọng cười
Tình nào theo chiếc lá thu rơi
Trôi lây lất mịt mờ nhân ảnh

Tháng Chín... gọi gió mùa sương lạnh
Rét hồn côi trong ánh nguyệt tàn
Men cay tràn chung vỡ oà tan
Câu thơ nát muôn ngàn mảnh vụn...

Thanh Trước

LẠC TÌNH

Ta say... vùi nhớ
Vụn vỡ cõi lòng
Đêm tàn quạnh vắng mênh mông
Ta say... tình lạc... vời trông. Tình sầu!

Mưa Ngâu... lã chã
Lệ đá ngậm ngùi
Đắng cay phủ lấp niềm vui
Mưa rơi... lệ đẫm... xót vùi. Lệ loang!

Cát vàng... biển sóng
Mãi vọng người xa
Ái ân nào đã nhạt nhòa
Cát bay… xóa dấu... tình ta. Cát mềm!

Sao đêm... le lói
Trăng dõi hồn đơn
Sương khuya lạnh buốt môi hờn
Sao rơi... mắt uá... mây vờn. Sao sa!

Thanh Trước

THU VỌNG

Nguyệt cảnh Hương Giang mấy độ sầu
Trông vời cố quốc nặng lòng đau
Xa xôi vạn lý nhàu tâm tưởng
Cách trở sơn khê bạc mái đầu
Vết cũ tường rêu còn đậm khắc
Đường xưa cổ thụ chẳng thay màu
Đôi bờ sóng vỗ mờ nhân ảnh
Xót nỗi thu tàn đổ giọt châu.

Thanh Trước

ĐÊM... NGÀY

Đêm bơ vơ
Đêm chờ
Đêm đợi
Đêm mịt mờ... nỗi nhớ rụng rơi
Đêm thở than u uất lạc loài
Đêm trống vắng ưu tư khờ dại...
Đêm cô quạnh
Đêm tràn mộng mị
Đêm lạnh lùng lệ đẫm bờ mi
Đêm dần trôi... xao xuyến bồi hồi
Đêm vụt tắt!
...
Ngày... sao vẫn tối...

Thanh Trước

CÓ...

Có giọt sương nho nhỏ
Đọng phiến cỏ xanh mềm
Có hơi thở dịu êm
Vấn vương miền tóc rối

Có đôi tay vụng vội
Ngõ yêu lối tìm về
Ru từng phím đê mê
Ngập tràn trề nỗi nhớ

Có môi ngoan hé mở
Ngọt thơm nở hương đời
Say điệu ái chơi vơi
Lạc ôm vời gối mộng
...
Có... mênh mông khoảng trống
Sầu chăn mỏng hồn đơn
Vùi giấc ngủ chập chờn
Có... mi hờn... lệ ngắn!

Thanh Trước

PHONG TRẦN

Lạc bước phong trần giữa chốn đây
Mùa sang gót lạnh vẫn nơi này
Men sầu chuốc cạn đời giông tố
Hỡi bạn chung tình dạ đắng cay.

Rót cạn ly sầu mặn đắng môi
Phong sương nghịch cảnh giữa khung trời
Người vui kẻ khóc đầy oan trái
Cạn chén nhân tình lặng bước côi.

Trúc Hàn

U HOÀI

Giữa trần thế trót mang phiền nhiễu
Dạ phiêu bồng dáng liễu phiền u
Dứt tâm tìm cõi chân tu
Còn vương chữ nợ quây mù chẳng ra

Bên cuộc thế tâm mà bình thản
Đong giọt sầu nào cạn kiếp thân
Chữ duyên chưa dứt tục trần
Bủa vây muôn nẻo phù vân chẳng nhòa

Từng canh vắng gượng mà vui sống
Vẫn hoài luôn khát vọng chẳng sầu
Bởi đời lắm nỗi nông sâu
Cố xua tâm để xót đau xa rời

Dường thu đã về nơi góc phố
Lá mùa rơi ngập đỏ hàng cau
Mà nghe dạ cứ rưng nhàu
U hoài mấy thuở nào lạc câu thơ tình.

Trúc Hàn

DẤU ĐỊA ĐÀNG

Anh lại về nơi góc quán ngày nao
Tìm kỉ niệm hương trào yêu dấu hỡi
Thuở lối mộng men tình ta dịu vợi
Cơn say nào chới với nẻo hồng hoang

Anh vẫn ru đời say dấu địa đàng
Ôm mấy thuở nồng nàn lên cuồng dại
Vương giọt đắng gợi niềm đau xa ngái
Lối đi nào lấp lại khoảng mênh mông

Anh lại tìm chút ân ái đượm nồng
Bên phố cũ giữa từng không tĩnh lặng
Nàng gió thoảng dỗi hờn bên vạt nắng
Chêm nỗi buồn sâu lắng giục hồn lay

Bóng em về neo đậu ở chốn này
Cho mộng chiếm đời say tràn lửa ấm
Bờ môi mọng ướm nụ tình ngọt đẫm
Giấc mơ hoang say đắm giữa cuộc trần.

Trúc Hàn

THẾ THÔI

Nào cùng
cạn chén men cay
Rũ quên hương ái...
đọa đày nhân sinh
Kiếp người
ảo thực chữ tình
Theo đời khổ lụy phận mình với ta

Nào đâu
giữa cõi ta bà
Gieo vào cuộc thế... chỉ là phù vân
Trót vay
Nửa kiếp phong trần
Vô thường cát bụi xác thân héo tàn

Nào say...
say giữa hồng hoang
Hóa vô ưu liệm dần tan gót sầu
Rời cho hết những bể dâu
Hơn thua được mất... Về sâu huyệt mồ.

Trúc Hàn

ĐỜI

Say rồi kiếp bạc nẻo trần ai
Giữa cuộc ba sinh tựa kẻ hài
Mấy thuở còn vương đời lữ thứ
Bao mùa vẫn quyện chốn trùng lai

Đời ta cát bụi cuộc phong trần
Trót xuống nơi này đậu cõi nhân
Nẻo tục trầm luân đầy ảo mộng
Ta bà một kiếp tựa phù vân

Có đáng là bao một chữ đời
Luân trầm tục thế bụi tàn thôi
Nhân sinh kiếp sống là hư ảo
Vẫn mãi vần xoay giữa đất trời.

Trúc Hàn

NỢ ĐỜI

Nửa cuộc hồng trần chữ nợ vay
Tơ duyên trắc trở kiếp thân này
Trò đời bỡn cợt tâm hoài xót
Lối sống trêu đùa dạ mãi cay
Bởi chữ ân tình nên khổ ải
Vì câu ái nghĩa mới lưu đày
Men sầu cõi tục xa lìa nhé
Rót chén vô thường đẫm lệ say.

Trúc Hàn

SÂU THẲM
(Viết cho người tôi yêu...)

Ta lại thấy
một nỗi buồn sâu thẳm
Trong mắt nàng
ướt đẫm những cơn say
Trải hoang vu
lặng lẽ những tháng ngày
Tình vụt mất...
men cay tràn đáy vực

Ta lại thấy
từng nỗi đau chờ chực
Bỗng chốc òa vụn vỡ giục hồn lay
Nụ ái ân vùi đáy huyệt...
lịm dài
Oằn đêm tối
giọt sầu len lỏi quyện.

Trúc Hàn

GIỌT TRẦN AI

Kia bầu rượu đắng cõi trần ai
Rót cạn tâm tư những tháng dài
Khổ lụy vui buồn đều vậy cả
Men nồng đối ẩm quyện bồng lai

Ta cùng rót cạn chuyện trần gian
Dẫu lắm chua cay với lệ tràn
Kiếp bạc nhân sinh như mộng ảo
Say đời khổ ải chẳng hề than.

Trúc Hàn

THU VÀNG NƠI ẤY

Đưa hồn
lạc giữa bến mơ
Chênh vênh cánh nhạn
mộng hờ viễn du
Hương yêu xa thoảng mây mù
Bước chân phiêu bạt
về ru giấc trầm

Thu tràn
nẻo ấy xa xăm
Cũng vừa thổn thức
vương chầm chậm đau
Nhớ thương thấm bạc đôi đầu
Nghe rưng rức dạ
nát nhàu... ảnh nhân.

Cuộc yêu
vừa chín thật gần
Bờ ân ái trọn...
Vàng ngân sắc đời.
Em về sóng dạt trùng khơi
Thu vàng viễn xứ...
hong ngời nét duyên...

Trúc Hàn

TÌNH PHIÊU LÃNG

Lãng tử thân ta bước lặng sầu
Dương trần một bóng đợi chờ nhau
Vườn loan gối liễu phai hình dạng
Cõi uyển phòng khuê nhạt sắc màu
Vạn nẻo tình vương hờn canh vắng
Ngàn phương ái quyện tủi đêm thâu
Sâu từng nhịp thở khơi tràn nghĩa
Cánh nhạn chưa về dạ đẫm châu.

Trúc Hàn

PHÙ SINH

Biển đời...
muôn phận bể dâu
Cuộc người loang lổ
hằn sâu tục trần
Ta về...
vui nẻo phù vân
Vén bờ cỏ biếc buông cần... suối tiên

Say bên
gối ngọc nhung huyền
Bồng loan núi thẳm
dậy nghiêng bóng tà…
Viễn du
trong cõi ta bà
Mộng vừa rộ chín về qua đỉnh hồn

Quàng tay
ôm nụ yêu tròn
Vuốt ve khuôn nguyệt
dập dồn hư vô...
Lặng nghe
bờ khát sóng vồ
Phù sinh một kiếp...
dậy hô hoán trần...

Trúc Hàn

BÓNG ĐỜI

Ngã giấc hoàng hôn tím giữa trời
Nghe hồn khắc khoải giọt châu rơi
Tìm trong lối mộng ngày xa đó
Vén cả chiều hoang trải bóng đời.

Hỡi ráng hồng buông ngã lối sầu
Xa rồi bóng cũ thuở tình sâu
Vườn xưa lặng lẽ trời mây tím
Để trái tim cay giấc mộng đầu...

Nhớ những ngày xưa cũng chốn này
Vườn yêu hé nụ trải hồn say
Đâu tình ngọt lịm bờ môi ấm
Đã vội tàn phai biệt tháng ngày.

Trúc Hàn

ĐỢI EM

Đợi em...
Đợi cả một đời
Kiếp đa đoan trải
chơi vơi phận buồn
Đợi em...
Giọt nhớ đi buôn
Bán cơn sầu lẻ tìm nguồn yêu thương
Đợi em...
trĩu những canh trường
Dặt dìu nụ ấm
nồng vương xuân thì
Đợi em... Mỏi cánh thiên di
Quay về bến mộng quyện ghì ái đưa

Đợi em trải nặng bốn mùa
Hồn khao khát vọng... cũng vừa... đợi em.

Trúc Hàn

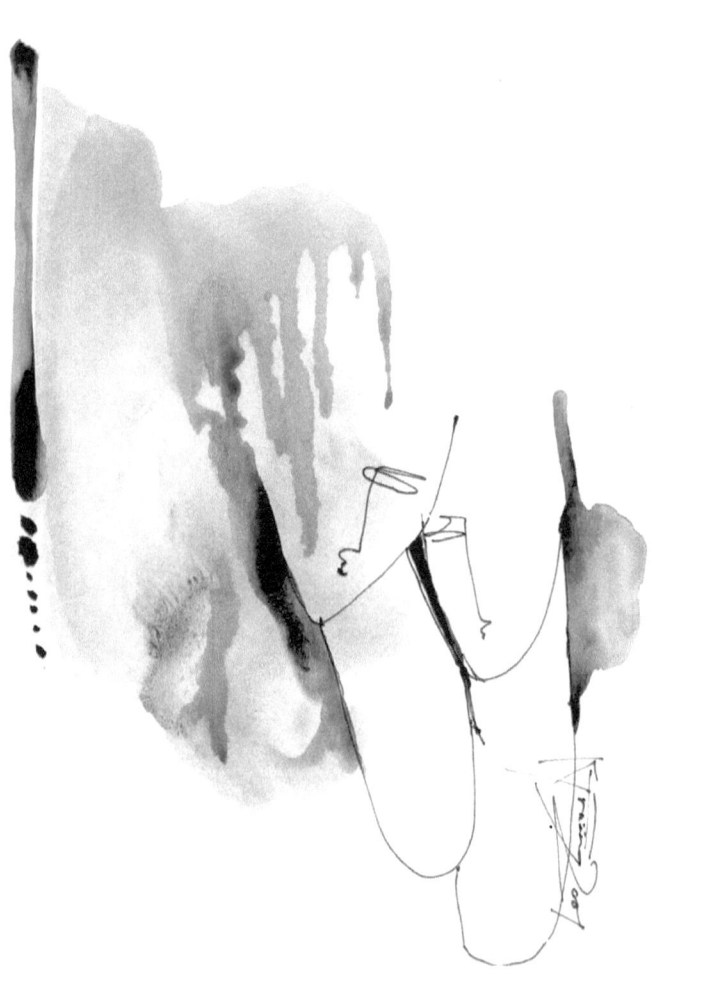

LỜI BẠT
Nguyễn Thành

Với người Việt Nam ở bất cứ đâu cũng vậy, hồn thơ như đã được ủ mầm ngay từ khi mới tượng hình trong bụng mẹ và khi mới cất tiếng khóc chào đời đã được mẹ ru bằng những lời ca dao mộc mạc mà đậm nghĩa tình, lưu truyền từ đời này qua đời khác như dòng chảy bất tận qua bao nhiêu biến chuyển của thời cuộc vẫn không mai một...

Cuộc sống đưa đẩy, phận người trôi dạt tứ phương, cuộc mưu sinh thầm lặng trong thế giới đầy biến động là những tích lũy lắng đọng cùng với những tình cảm đầy vơi theo năm tháng, chờ dịp trỗi dậy trong mỗi khoảnh khắc cảm xúc để trải lòng vào con chữ làm nên những vần thơ muôn màu, muôn vẻ...

Hơn 30 năm xa xứ, bươn chải với cuộc sống lại chuyên ngành công nghệ System Analyst, cứ ngỡ Titi Dang – Thanh Trước là một người khô khan với những câu lệnh lập trình cùng với những công thức tính toán lạnh lẽo vô hồn và tiếng Việt còn nhiều khiếm khuyết. Vậy mà hồn thơ Thanh Trước bỗng trỗi dậy sau một cuộc đăng trình đầy nỗi niềm dồn nén hóa thành những cơn sóng khát bờ dồn dập xô vào tượng đài văn chương để làm nên những đột phá khiến nhiều bạn thơ bất ngờ...

  Chất thơ đã có sẵn trong dòng huyết quản và là hơi thở của cuộc sống, lại thêm hằn vết của một tuổi thơ buồn, xa quê hương còn vương vấn nhiều kỷ niệm, những được mất trong cuộc bể dâu, chuyện tình nhiều nước mắt..., hơn nữa Thanh Trước lại là người có tinh thần cầu tiến và ham học hỏi nên chỉ mới hơn hai năm cô đã tạo nên sự khác biệt thấy rõ trong làng thơ mạng. Với tính quyết đoán cô có phần tư tưởng giống Wolfgang Amadeus Mozart (Thiên tài soạn nhạc người Áo), đã từng nói "I pay no attention whatever to anybody's praise or blame. I simply follow my own feelings." (Tôi không quan tâm tới ai khen chê thế nào. Tôi chỉ đi theo cảm xúc của riêng mình.).... Chính vì vậy mà thơ Thanh Trước có một nét riêng không thể lẫn!

  Ở vào giai đoạn "Ngũ thập nhi tri thiên mệnh", trải qua sóng gió cuộc đời, sự nhìn nhận cuộc sống sâu sắc hơn, Thanh Trước lại có sự nhạy cảm với những chuyển động chung quanh mình như vạn vật đều có linh hồn để giao hòa cảm xúc những lúc tâm thơ thổn thức trong sự cô đơn tĩnh lặng, những lúc tỉnh say... thả hồn bay theo gió mây bồng bềnh như thiền sư bước vào cảnh giới...

Không như là tri kỷ, nhưng lại có sự thấu hiểu và đồng cảm với từng nỗi niềm Thanh Trước trải vào con chữ, người bạn thơ Trúc Hàn đã có sự chia sẻ sâu sắc như hai nghệ sĩ sử dụng hai thứ nhạc cụ khác nhau, kỹ thuật khác nhau nhưng lại hiểu rõ tiết tấu các cung bậc của bản nhạc lòng để hòa vào nhau tung hứng làm tròn đầy những cảm xúc quyến rũ những tâm hồn yêu thơ xao động trên từng khoảng ngân lặng như tiếng ru thầm thì của biển cả trong đêm…

Trúc Hàn tốt nghiệp ngành kiến trúc, anh trưởng thành trong thời đất nước mở cửa, phát triển ồ ạt, nền kinh tế thị trường mất cân bằng hay hoàn cảnh đã đẩy anh đi chệch hướng với ngành nghề anh chọn và bôn ba với cuộc sống đầy biến động. Hiện anh đang công tác trong một công ty xây dựng chuyên ngành cơ khí, cuộc sống gia đình không hạnh phúc…, có lẽ những trắc trở đoạn trường đã đẩy anh vào một thế giới thinh lặng và tự nhốt mình trong nỗi cô đơn như hòn đá giữa trời mưa nắng rồi đến một ngày hòn đá bỗng nứt mầm trổ hoa…

Thanh Trước – Trúc Hàn cách nhau gần một thế hệ, ở hai phương trời xa lắc, chưa một lần chạm mặt mà hiểu nhau rõ đến thế chỉ có thể là tri âm, đọc thơ mà hiểu nỗi lòng… chẳng dám ví như Bá Nha – Tử Kỳ, nhưng trong làng thơ FB là một hiện tượng hiếm hoi đáng lưu ý…

Cả hai tác giả đều có thế mạnh khi sáng tác thơ Đường, một thể thơ đòi hỏi sự nghiên cứu, tìm tòi học hỏi công phu để nắm vững luật lệ và những biến thể đa dạng, hơn nữa thơ Đường chỉ hay khi phải nhớ nhiều điển tích, có một lượng kiến thức tối thiểu về Hán ngữ và sự nhuần nhuyễn tung hứng con chữ mà không ít người khi sáng tác thơ Đường đã bị hạn chế về việc này khiến bài thơ khô khan khó cảm. Tuy ngày nay đa phần các nhà thơ đi tìm sự sáng tạo cái mới trong ngôn từ, nhưng thơ Đường vẫn có một vị trí nhất định trong lòng người yêu thơ. Ngoài ra Thanh Trước – Trúc Hàn cũng gây ấn tượng qua các thể loại thơ truyền thống khác, nhất là dòng lục bát ngọt ngào gần gũi với mọi tầng lớp xã hội, tồn tại mãi với thời gian.

GÓT TRẦN – Tựa tập thơ hầu như đã nói hết ý nghĩa mà hai tác giả muốn gởi gắm nỗi lòng vào tình thơ, là cuộc hành trình về miền dĩ vãng, không phải là sự nuối tiếc bi lụy mà chỉ là sự nhìn lại sau một cuộc đăng trình đi tìm sự bình yên cho tâm hồn, niềm vui nỗi buồn được đong đầy cảm xúc để biến thành những vần thơ bay bổng, nhất là trong những lúc tỉnh say tâm thơ như phiêu linh thoát tục…

ĐÊM SAY
(Bài xướng)

Đêm say
hồn ngả nghiêng rời
Liêu xiêu cùng đất
cùng trời lãng quên
Trăng say
bóng đổ ngoài hiên
Chập chờn ẩn hiện

giữa nền mờ sương
Gió say
gió lạc nẻo đường
Lang thang tìm bến
bờ thương hững hờ

.....
Ta say...
dệt những vần thơ
Vùi bao nỗi nhớ niềm chờ...
Đêm say!

Thanh Trước

ĐÊM SAY

(Bài họa)

Em say
Chếnh choáng giọt đời
Ngả nghiêng con chữ
Chơi vơi cung sầu
Thơ say
Cuộc thế thơ đau
Đêm say ngất ngưởng
Nát nhàu gió sương
Đời say
Một thoáng vô thường
Vui bên cõi tục
Nhiễu nhương cuộc người
Ta say cho lối tình vơi
Cho quên ân ái lạc rơi... Bốn mùa.

Trúc Hàn

Đêm say lạc hồn phách cùng hai tâm hồn đồng

điệu như bản giao hưởng hòa cùng đất trời vượt qua cái qui luật vô thường của cõi trần ai bi lụy để thả hồn vào chốn thanh tịnh bình yên dù trong khoảnh khắc ngắn hay dài thì cả hai tác giả cũng đã đạt được cái thần của thơ rồi...

    GÓT TRẦN mang lại hơi thở mới của dòng chảy thi ca, tuy chưa thắm màu với thời gian vì cần có sự lan tỏa. Sự khởi đầu bao giờ cũng lắm gian nan nhưng tôi tin GÓT TRẦN sẽ cùng với những tâm hồn đam mê thi ca sẽ làm nên những điều kỳ diệu để truyền lửa cảm hứng đến bạn thơ và những người yêu thơ...

Sái Gòn, tháng 11/2018
Nguyễn Thành

Mục lục

* Lời tựa (Hồng Trần) 7
* Sự trở về trong thơ
  Titi Dang (Sỹ Liêm) 15
* Bản hòa âm (MacDung) 23
1. Gót trần *(bài xướng)* 30
2. Chân hoang *(bài họa)* 31
3. Hoài niệm *(bài xướng)* 32
4. Hoài tri *(bài họa)* 33
5. Vô thường *(bài xướng)* 34
6. Titi Dang *(bài họa)* 35
7. Chén đời *(bài xướng)* 36
8. Uống đi em *(bài họa)* 37
9. Tương tư *(bài xướng)* 38
10. Vấn vương *(bài họa)* 39
11. Say *(bài xướng)* 40
12. Say *(bài họa)* 41
13. Ngưu lang - Chức nữ
    (bài xướng) 42
14. Ngưu lang - Chức nữ
    (bài họa) 43
15. Gởi *(bài xướng)* 44
16. Vọng *(bài họa)* 45
17. Nhớ *(bài xướng)* 46
18. Nhớ *(bài họa)* 47
19. Say *(bài xướng)* 48
20. Say *(bài họa)* 49
21. Mộng *(bài xướng)* 50
22. Duyên phai *(bài họa)* 51
23. Tàn thu *(bài xướng)* 52
24. Hoang phế *(bài họa)* 53
25. Ngỡ... *(bài xướng)* 54
26. Lạc... *(bài họa)* 55
27. Đêm say *(bài xướng)* 56
28. Đêm say *(bài họa)* 57
29. Hoài mong *(bài xướng)* 58
30. Tương tư *(bài họa)* 59
31. Kiếp đời *(bài xướng)* 60
32. Hư vô *(bài họa)* 61
33. Đêm trần *(bài xướng)* 62
34. Đêm trôi *(bài họa)* 63
35. Kiếp hồng *(bài xướng)* 64
36. Tình đong *(bài họa)* 65
37. Men sầu *(bài xướng)* 66
38. Ngẫm *(bài họa)* 67
39. Giấc thu *(bài xướng)* 68
40. Thu khát *(bài họa)* 69
41. Thu xa *(bài xướng)* 70
42. Thu phai *(bài họa)* 71
43. Tràn *(bài xướng)* 72
44. Vừa *(bài họa)* 73
45. Lãng tử sầu *(bài xướng)* 74
46. Kiếp bạc *(bài họa)* 75
47. Nhặt về *(bài xướng)* 76
48. Gom về *(bài họa)* 77
49. Cát bụi *(bài xướng)* 78
50. Phong trần *(bài họa)* 79
51. Thơ tôi viết *(bài xướng)* 80
52. Thơ tôi viết *(bài họa)* 81

53. Vừa *(bài xướng)*	82	83. Tháng chín	116
54. Đủ *(bài họa)*	83	84. Lạc tình	117
55. Bỗng dưng *(bài xướng)*	84	85. Thu vọng	118
56. Chợt nghe *(bài họa)*	85	86. Đêm... Ngày	119
57. Đượm nồng *(bài xướng)*	86	87. Có...	120
58. Luyến hương *(bài họa)*	87	88. Phong trần	121
59. Thu sầu *(bài xướng)*	88	89. U hoài	122
60. Thu lặng *(bài họa)*	89	90. Dấu địa đàng	123
61. Nỗi nhớ *(bài xướng)*	90	91. Thế thôi	124
62. Niềm yêu *(bài họa)*	92	92. Đời	125
63. Ly cay trần thế	94	93. Nợ đời	126
64. Chiều tàn	96	94. Sâu thẳm	127
65. Lạc rơi	96	95. Giọt trần ai	128
66. Về thôi	98	96. Thu vàng nơi ấy	129
67. Men tình	100	97. Tình phiêu lãng	130
68. Lạc mộng	101	98. Phù sinh	131
69. Bạc đen	102	99. Bóng đời	132
70. Ru	103	100. Đợi em	133
71. Liêu trai	104	* Lời bạt (Nguyễn Thành) 135
72. Thềm xưa	105	
73. Chén trần	106	
74. Đêm hoang	107	
75. Vá	108	
76. Hong tình	109	
77. Về đâu	110	
78. Hương yêu	111	
79. Mơ hoang	112	
80. Nhặt	113	
81. Mộ khúc	114	
82. Lạc loài	115	

Liên lạc Tác giả
Titi Dang
titi.dang@t-online.de

Liên lạc Nhà xuất bản
Nhân Ảnh
han.le3359@gmail.com
(408) 722-5626

www.ingramcontent.com/pod-product-compliance
Lightning Source LLC
Chambersburg PA
CBHW020140130526
44591CB00030B/159